መግቢያ

በረቂቅና ደቂቅ ትርምሶች ሒደት ውስጥም መሆን ከሚቸሉ መጠን እልባ ግጥጥሞሾች (infinit possibilities) ውስጥ ቅርጽና አቅድ ስርአትም ጭምር የሎተሪ ዕጣ ዕድል በሚመስል ሒደት ፍጹም ልዩ የሆነ ኩነት ይከሰታል። ይህም ከሱት ኩነት በጊዜ በሚገጥሙት ንከኪዎች፤ ሰበትና ግሬቶች ያለውን ነጻራዊ ስርአትና ቅርጹ መልሶ ወደ ደቂቅና ረቂቅ ህዋሳትና ቁሳት ትርምስ በመመለስ እየተቀባበሉ ዙሩን ያለማቋረጥ ይደግሙታል። ተክለማንነት በነዚህ የቀወስና ስርአት (Chaos and Order) ቅብብሎሽ ባልተጠበቁና ከግምት ውጭ በሆነ ለአመክንዮ በሚከብዱ ሒደቶችና ውጤቶች የሚከሰቱ ቁሳትና ህዋሳት የሚጎናጸፉት ልዩ የማንነት መገለጫ ነው።

ግለስብዕና(ማንነት)

የሰው ልጅ የማንነት ጉዞ በግለ ስብዕና ጀምሮ በግለ ስብዕና የሚደመደም ውስብስብ ጉዞ ነው፡፡ ሰው ብቻ ሳይሆን ተሀንቶ (nature) በጥቅሉ ከረቂቅ አንድነት (singularity) ወደ ሰፊ ብዝህነት ብሉም በብዝህነት ላይ ወደተጻመረ ውስብስብ አንድነት ያደገና ሁሌም ያለማቋረጥ የሚያድግ ክስተት ነው፡፡ ይህ በግዙፉ ተጠቅልሎ የተገለጠው ዕውነት በተናጠል የአንድ መሆን ማንነት ባላቸው ቁሳካላትና ሕይወት ማንነትም ጭምር በተዋረድ የሚንጸባረቅ ዕውነት ነው፡፡ በዚህም ከአናሳ ጽንፈአለም (-infinity) እስከ ግዙፉ ጽንፈዓለም (+infinity) በሚከሰቱ ተከለማንነቶች አንድ ራሱን ችሎ የሚቆም ህልውና (entity) ከመስሎቹ ሲነጻጸር 99 በመቶ ተመሳሳይነት ቢኖረውም 1 በመቶ ወይም ያነሰ እርሱን እርሱ የሚያሰኙት ከማንም ሌላ ተሀንቶአዊ አካል ወይንም ህይወት አጉልተው የሚያወጡት ገጽታዎች ነበሩት፤ አሉት ይኖሩታልም፡፡ ይህ ለምን ሆነ ቢባል ሁሉን ያደረገችው፤ ሁሉም የሚደረግባትና ሁሌም የምታደርግና የሚደረግባት የተሀንቶ ገጾች እንደ መስታወት የተወለወለችና የጸዳ ፊት የሌላትና እንዲያውም አባጣና ጎባጣ፤ ቁልቁለትና አቀበት፤ ረባዳና

ኮረብታ፤ አዘቅትና ተራራ፤ በረሀና በረዷማ፤ ረግረጋማና ጭንጫ፤ ረጣባማና ደረቅ ሌላ ሌላም ሙሉ በሙሉ መቆጠርና ከግንዛቤ የላቁ ተጻረርቶዎች የተሞላች በመሆኗና እነዚህም ተጻረርቶዎች በምትሆንበትና በምታደርጋቸው ክንዋኔዎች ሁሉ ቦታን፤ ጊዜንና ሁኔታን ያካተተ አሻራቸውንና ጠባሳቸውን ስለሚያሳርፉባት እንደየገጠምሽኙ ዝንጉርጉርና እያንዳንዱም የራሱ ልዩ ገጽታና ይዘት እንዲኖረው ሆኖአል ይሆናልም፡፡

የናት ሆድ ዥንጉርጉር የተባለብትም በርግጥም የቀለማት ብዛት ኖሮት ሳይሆን የተሆንቶ ውጥንቅጥና ዘርፈብዙ ተጻረርቶዎች በያንዳንዱ ጽንስ እርግዝናና ውልደት ላይ የሚያኖሩት የቦታ፤ ጊዜና ሁኔታ ማህተምና አሻራ ፍጹም ሊመሳሰሉ የማይችሉና ልዩ በመሆናቸው ነው ቢባል ከዕውነት የራቀ አይሆንም፡፡

አንድ ግለሰብ በመሰረታዊ ማንነቱ ከመላው የሰው ዘር ፤ከእናት አባቱ ልጆች እህትና ወንድሞቹ ጭምር ፍጹም ልዩ የሚያደርጉት ከላይ ከመሰረቱ ግንድ እየተገነጠለ ሲወርድ ሲዋረድ የመጣበት ጉዞና ገጠምሽኞች ከማንም ሌላ ሰው ጉዞና ገጠምሽኞች ሙሉ በሙሉ እንዲገጥሙ የተሆንቶ ሕግጋቶች ስለማይፈቅዱ፣ አንድ ኩነት ባንድ ሰዐት ሁለት ቦታ መሆን ወይም ብዙ ኩነቶች ባንድ ቦታ ባንድ ሰዐት መሆን ስለማይችሉ፤

የገጠምሽዎቹም የማንኛውም ቁሳካል ወይንም ህይወት አድራጊ፤ ገንቢ፤ አብሳይና ቅርጽ አውጪ አሳዳጊና አጫጪ በመሆናቸው ውጤታቸው ሁሉ ፍጹም እራስነትን የተገናጸፈ ማንነት ነው፡፡ ለዚህም ነው ከመላው የዓለም ሕዝብ መሀል ያንድን ግለሰብ ማንነት በዘረመል ወይንም ዲኤንኤ አሻራው ለይተን የማውጣትን ክህሎትና በዘረመል (ዲኤንኤ) ስንክሳሩ ላይ በተጸውዖ መዝገብ ላይ ጉራማይሌ የዘር ግንዱን ጭምር የማንበብ ደረጃ ላይ የምንገኘው፡፡

አንድ የዘር ግንዱን ለማወቅ በዚህ አዲስ ግኝት የዘር ግንድ የዘረመል (ዲኤንኤ) ጥናት የተጠመደ ጥቁር አሜሪካዊ ጥናቱ የዘሩ ግንዱ አምስቱንም ክፍላተዓለማት ማካተቱን ሲያውቅ ለካስ ቀለም የሚታየው በብርሀን ብቻ ነበር፤ ነውም ያለው ፡፡ ይህም የዘር ግንድ የዘረመል ስንክሳር በልዩነት ላይ ያለን አንድነትና በአንድነትም ላይ ያለንን ልዩነት በኩለቀን ብርሀን የሚያጋልጥ ዕውነት ነው፡፡

ጊዜያዊውና ዘመናዊው የስነ ህይወት (Biology) ጥጥናትና ምርምር በግልጽ ማሳወቅ የቻለው መሰረስታዊ ዕውነት፤ ህይወት (life) ባጠቃላይ አዝዕርትና (plants) እንሰሳት (animals) ባጋጣሚ ከተከሰተች ከአንዲት ባለ አንድ ሴል የነበራትና ያላት የጋራ ጅምርት

መነሳታችንንና በጊዜና ሁኔታዎች ልውውጦሽ አጋጣሚዎች በየርከኑ ቅርንጫፍ ሆነን በእንሰሳትነትና ተክላትነት ብሎም ተክላት በየራሳቸው እንሰሳትም በየበኩላቸው እየተክፋፈሉና እየተባዙ ከሁለት እነሆ ዛሬ በጉልህ አይተን ወደምንመሰክርለት ጽንፈኝእላፍነት መድረሳችንን ነው፡፡ ታዲያ ታላቁ ግርምታና አስደማሚው ትንግርት የዚህን ሁሉ ውጥንቅጥና ውስብስብ የዕድገታችን የጉዞ ታሪክ እንዳይረሳና እንዳይጠፋ በረቀቀ መልኩ ከነ አዳዲስ ጭምሮቹ በማኮክድሪአል ዘረመል DNAችን እየተጻፈ ከጅምርቱ እስከአሁንና ወደፊትም ህይወት እስካለ መቀጠሉ ጭምር ነው፡፡

እነሆ ዛሬ በዚህ ዘመናዊ የስነ ህይወት የሳይንስ ጥበብ የሰው ልጅ ሁሉ ከጥቁር እስከ ነጭ፣ ከምስራቅ እስክ ምዕራብ ካንድ የጋራ ቅማንት ጅምር ተነስተን የተገነባልንበት አንጓ የእድሜ ዘመን ጭምር አሌ በማይባሉ ማስረጃዎች የተረጋገጡብት ዘመን ላይ በመገኘታቸው እውነትም የዛሬዎቹ ትውልዶች ከምንጊዜውም በላቀ መልኩ የአንድነታችንንም ሆነ የልዩነታችንን ጭብጥ በማይናጋ ጠንካራ ዕውነት ላይ ለማቆም እድሉን የተጎናጸፉ ናቸው፡፡ዛሬ ከቴም የአካባቢ ሁኔታዎችና ክስተቶችን በመጣወርና በመጣመር

(ENVIRONMENTAL   CONDITIONING)
ከፈጠራቸው ውጫዊ ገጽታዎች ባሻገር በውስጣዊ ተክለ ሰውነታችን ከቅርብ ዘመዶቻችን በበለጠ ጬርሶ ከተለምፁዊው ባእዳን ጋር ዝምድናችን የጠነከረ ሊሆን መቻሉን በተጨባጭ ዕውነት ማየት የተቻለበት ዘመን ላይ ነን።

ውጫዊ ገጽታዎች እንደ ውስጣዊ ተክለማንነቶች ከቤተሰብ ተወራሽ ሆነው ሳለ ፤ ከላይ እንደጠቀስኩት ቤተሰቦችም የተቀዳጁቸው ካካባቢ ጥምረትና ጥውረት እንደመሆናቸው እኒህም ያካባቢ ሁኔታዎችና ክስተቶች የመጀመሪያ ንክኪአቸውና ተጽኖአቸው ከውጫዊ ገጽታችንና በውጫዊው ገጽታችን ላይ ስለሆነ ፤ በውጫዊው ገጽታችን ላይ እንደሚታየው በውስጣዊው ተክለማንነታችን ላይ ለውጥ ከማምጣታቸው ቀድመን ተለያይተን ደግመን መገናኘት ችለናል። ለዚህም አይነተኛው ምስክር ማንኛውም የሰው ዘር ከሌላ የሰው ዘር ጋር መራባትና መዋለድ መቻሉ ነው። ያንድ ግንድ (species) እንሰሳትም ሆኑ ተክላት ተለያይቶ በመኖር የጊዜ ብዛት ውስጣዊና ውጫዊ ማንነታቸው ሲነላ ፈጽሞ መዋለድ ወደማይችሉበት የመራራቅ ደረጃ ያድጋሉ ፤ ቅርበት ኖሮአቸው ቢዋለዱ እንኳን የወለዱት ዘር መቀጠል የማይችል መካን ፍሬ ይሆናል ።። ለምሳሌ

ፈረስና አህያ ያንድ ግንድ ዝርያዎች እንደመሆናቸው መዋለድ ቢችሉም ልጆቻቸው ግን መዋለድ አይችሉም ፤ ስለሆነም የበቅሎ አባቷ አህያ እንጂ በቅሎ ሆና አያውቅም ። ልዮነትና አንድነታቸው እስከዚያ ድረስ ነው ። ነጭ አህያና ጥቁር አጋያ ፤ ነጭ ፈረስና ጥቁር ፍረስ ቢዋልዱ ትውልዱ ቀጣይ ነው ። ፈረስ ሁሉ ፈረስ አህያ ሁሉም አህያ በመሆኑ ።

የስነ ህይወት እድገት ያንድ አቅጣጫ የወደፈት እድገት ነው ። በመሆኑም ህይወት ቅርንጫፍ ሆና ከግንዱ ከተለየ ተመልሶ ከነበረበት መደባለቅ ያስገነጠለውን ብልጫ ወይንም እንሰት (advantages disadvantages) ሊያሳጣው ቢያንስ ሊበርዝበት ስለሚችል ለግንጣዮም ሆን ለዋናው ግንድ የሚጠረው ፋይዳ አመርቂነት ስለሌለው ተሆንቶ (nature) የአብረን እንጥፉ ወይ አብረን ባለንበት እንሂድ የሚመስለውን አካሄድ ግደባ ጥላበታለች። ለምን ቢባል ተገንጥሎ መመለስን ተሆንቶ ፈቅዳ ቢሆን ተራራ ወጥቶ ተመልሶ ዘብጥ ማረፍን ያህል የሲሲፈስ ጥረት በሆነና ህልው ባንድ ሴል ጀምሮ ባንድ ሴል በቀረ ነበር። ያ ሳይሆን ቀርቶ ህይወት ሁኔታዎች ፤ ጊዜና ዕድል በሰጡት አጋጣሚዎች ባገኛቸው ፋይዳዎች ቅርንጫፍ እያወጣች እነሆ ካንዲት ባለአንዲት ሴል ህይወት እስከ ታላቁ የሰው ልጅ መድረስ

ተችኂል። ከዚህም መረዳት የምንችለው ሌላው ሀቅ ተሆንቶ የኪሳራ ኪሳራ፤ የኪሳራ አትራፌ ጨዋታ ሳይሆን ያትራፌ አትራፌ፤ አንተም በሚናህ እኔም በሚናዬ ትርፌንም ለራሴ ኪሳራዩም የኔ የሸቅድድም መርህ እንደምትንዝ ነው። ታዲያ ይህንን እሸቅድድም በብጤዎች መሀል ያግድም ትብብር የለም ወይንም አልነበረም ግለት እንዳልሆነ እንዲጤን ማሳሰብ አግባብነት እንዳለውም ይሰማኛላ። እንዲያውም ያግድም አግድም የብጤዎች ትብብር ለሸቅብ ቁልቁል የእርከን እድገት ውድድር አይንተኛውንና ወሳኙን ሚና ተጫዋች ትውነት ነው።

ምንም እንኳን የብጤዎች የኔ እበልጥ እኔ እሸቅድምድም ሒደቱንና ግብአቱን ያለአጥኖትና ያለ በቂ ግንዛቤ አግልበው ሲያዩት የሸቅብ ቁልቁል የርከን ሸኩቻና የጥፌ ርኩቻ ቢመስል፤ የማሸነፌያውም ሆነ የመሸነፌያው የውድድር አውድ ጠቀሜታውና ጉዳቱ ያግድም መሰል ማህበረስቡን ካላካተተ ሸንፈቱም ሆነ ስኬቱ ላሸናፌውና ባሸናፌው ላይ ተወስና የሚኖረው ፋይዳ ትርጉም አልባ ይሆናል። በብጤዎች መሀል ለሚደረጉ ውድድሮች ዳኛውና እውቅና ሰጪው ብጤውና ያግድም ማህበረስቡ አባል እንደመሆኑ ያሸናፌው ልዩ ብቃትም ሆነ ክህሎት ማህበረስቡን ቢያንስ

በተወሰነ የግንዛቤ ወይንም ቁሳካላዊ ስኬት ደረጃ ወደፊት እንደሚያራምደው አዎንታዊ አስተዋጽአ እንዳለው ወይንም እንደሚኖረው በመገንዘብ ነው::ታላቁና ዋነኛው የብጤው ማህበረሰብ (SPECIES) ሁሉን አቀፍ ተሆንታዊ ትጋት (NATURAL PREOCCUPATION) የማህበረሰቡ ለትውልድ እንደትውልድ መቀጠል ስለሆነ የውድድሩ ሁሉ መደምደሚያና ያሸናፈነቱ መለኪያ በግልጽና በውስጠ ታዋቂነት ለዚሁ የትውልድ ተቀጥሎሽ ይነስም ይብዛ የሚኖረው አዎንታዊ አስተዋጽ መሆኑን በአጽናት መገንዘብ አንዳንድ ሰዎች ዳርዊናዊውን የሽቅድድሞሽ ጪዋታ የውሻው ውሻውን በላው የመበላላትና የጥፍሬ ብቻ አውድ አድርገ እንደሚሰብክ ከሚያስመስሉት የቁንጽል የዕይታ ክህሎት ስህተት ይታገደናል::

የሰው ልጅ ከሌሎች የቅድመ ትውልድ ብጤውቹ ተለይቶ እያደነ፣እያለማና እያረባ ብሎም እነሆ ዛሬ እስከደረሰበት የረቀቀ የሳይንስና ቴክኖሎጂ ክህሎትና ተጠቃሚነት ደረጃ የደረሰው በብጤዎቹ ያግድም አግድም የቡድንና የግለሰብ ውድድርና ሽንንፉ ፤ ሽንፈትን መቀበልና አሸናፈንም እውቅና ስጡቶ ሾም ሾልም የግኝቱና ክህሎቱም የጋራ ተጠቃሚ በመሆን እንጂ ግኝቶችና ክህሎቶች ሁሉ ባንድ ጊዜና በሁሉም

ተከስተው አይደለም :: ምንም እንኳን ግኝቶችና ልዩ ክህሎቶች ሁሉ ባብዛኛው ጅምራቸው ያቸናፈ ግለሰቦች ቢሆኑም ላብዛኛው ተዳርሰው ባብዛኛውም ተቀባይነት አግኝተው ህብረተሰቡ እንደህብረተሰብ ለትውልድ መቀጠሉ ለሚያደርገው ጥረት አሉታዊ አስተዋጽኦ ስለሚያበረክቱ በጊዜ የጋራ እውቀቶች፤ የጋራ ክህሎቶችና እሴቶች ይሆናሉ::

Adnesine(A) ,Thymine(T), Guanine(G)and Cytosine (C) ATGC

የህይወት ሁሉ የታሪክ ስንክሳር ከመጀመሪያዋ አንድ ሴል እስከ እጅግ ውጥንቅጡና ረቂቁ የሰው ልጅ የህልውና ማንነት (ግለስብዕና) የተጸፈባቸውና የሚጻፍባቸው ፊደላት ከላይ በተመለከቱት አራት መደብ ባላቸው ዲአአክሲ ኒኩላይክ አሲድ (ዲ ኤን ኤ) በተሰኙ ኬሚካሎች ሲሆን፤ እያንዳንዱም እራሱን የቻለ ማንነት ያለው ከመጀመሪአዋ የህልውና ሁሉ መጀመሪያ ህይወት እስካለንበት ዘመንና ማንነት፤ የየግል ማንነቱንና ማንነቲን ታሪክ ከቤተሰብ በጋራ የወረሱትን እንዳለ እያወሰዱ የየራሳቸውን እየጨመሩበት ለቀጣይ ትውልድ እያወረሱት የመጣ በጥቅሉ ሲታይ የግለሰቦች የዘረመል ቅንብር ታሪክ ትርክት ነው።

በ4ቱ የዘረመል ፊደላት የተጻፈውና የሚጻፈውም የተከለማንነት ድርስት በተለያዩ ግለሰቦች በ24ቱ የእንግሊዝኛ ፊደላት ወይንም በታወቁቱ የግእዝ ወይንም ሌሎች ፊደሎች እንደሚጻፉ ድርሰቶች በይዘትና አገላለጽ አይነተኛና ልዩዎች ናቸው። ህይወት ሁሉም ወደና ሳይወድ የራሱን የውስጥና የውጭ ተከለማንነቶች ጸህፌ በመሆኑ ኖሮት አውርሶ የሚያልፈው ፍጹም ከሌላ የማይመስል የራሱንና የራሱን ብቻ የዘረመል ስንክሳር ነው። ያንድ ሙሉ ማንነት ያለው ህይወትም እያንዳንዷ በመላ አካሉ ውስጥ የምትገኝ ሴል የሚሰለች በሚመስል ድግግሞሽ የስንክሳሩን ሙሉ ግልባጭ ሳይጨመርበትና ሳይቀነስበት የተጸፈባቸው ቢሆኑም እንደየ ልዩ ሙያቸው ግን የመጉላትና ያለመጉላት ባህርይ ይከሰትባቸዋል::

የሚገርመውና አንዱ ትልቅ ትንግርት የተወረሰው ሳይደለዝና ሳይሰረዝ እንዳለ እየተጠበቀ የወራሹ እየተጨመረና እየትወረስ በመቆየቱ እነሆ ዛሬ ካለንበት ተነስተን የዘረመል ታሪካችንን እስከጀመርንበት መቁጠርና ዝምድናችንንም ማወቅ የቻልንበት ዘመን እውን ሆኖአል። ሁለት ግለሰቦች ባያታቸው አንድ ቢሆኑ በሁለቱም ግለሰቦች የዘረመል የታሪክ ስንክሳር የወላጆቻቸውን የተለያየ ትርክት ይጨመርበታል እነርሱም የራሳቸውን ቢጨምሩቡትም ያያታቸው ግን ሳይደለዝና ሳይሰረዝ በቋሚነት በራሱ ምእራፍነት

ይቀጥላል:: ፈረንጆቹም የልጅ ልጅ ለማየት የሚናራቸው የህልምና ፍላጎት ሲሟሏላቸው "ጂኖቼ በጊዜ ወንዝ ሲፈሱ አይቻለሁ" ብለው እርካታቸውን የሚገልጹት ለዚህ ይመስለኛል።

የሸርዲንገC ግራ መጋባትና የቀውስና (chaos) ስርአተኝነት (order) ጽምረትና ልዩነት፡፡ አንዳቸው ካንዳቸው ተነጥለው መከሰት የማይሆንላቸው አንዳቸው በተናጠል ገዝፈው የሌላውን መኖC ማቀጨጭም ሆን ማሳጣት አይችሉም እንጂ ቢችሉ ሁለንተና እንደምናውቀውና እንደምንናረው ሕያውና ቅጽበታዊ ተለዋውጭ መሆኑ ቀርቶ የማይንቀሳቀስ‍ ሙትና ፍጹም የረጋ ህይወትም የሌለውና ህይወትም የማትሆንበት በሆን ነበC፡፡ ቀውስ ባለበት ሁሉ ስርአት አስፈላጊ (neccesary) ይሆናል። ስርአትም ሌላዙC ቀውስ አስክትሎ ይመለስና በማያቋርጥ ቅብብሎሽ አንዱ የሌላውን መከተል እያስገደደ እነሆ ከደቂቅ እና ረቂቅ እስከ ግዙፍና አጥናፍ ላለንበትና ለምንኖርበት የሁለንተና (universe) እውነት ሞተC ነው፡፡ ታዲያ ትልቁ ግራ መጋባት የሚነሳው እንዴትስ ስርአት (order) ከቀውስ (chaos) ሊከሰት መልሶ ከስርአትስ ቀውስ ይከስታል የሚለው አብይና የሁለንተናን በተለይም የሕልው አይነትኛ መገለጫ የሆነውን እንቅስቃሴ (motility) መንስኤና ምክንያት በማያወላዳ መንገድ መልስ የሰጠው

የሁለተኛው የቴርሞዳይናሚክስ (የመቀትና ቅዝቃዜ ቅጽበታዊ እንቅስቃሴ ሁለተኛው ህግ) ባግባቡ በስፋትና ጥልቀት መመርመርን ይሻል። ሁጉም እንደሚከተሉት ይደነግጋል: I

ሀ) ተሆንቶአዊ አካላት ሁሉ ያላቸውን ጥቅም ሰጪ የሀይላቸውን ክምችት የመቀነስ ተሆንቲዊ ዝንባሌ አላቸው ዕድሉም   ሲገጥማቸው   ይጠቀሙበታል።

ለ) ቁስ ከክፍተኛ የኃይል ክምችት ማግ ወደ ዝቅተኛ የኃይል ክምችት ሸለቆ ያለ ውጫዊ ተሳትፎ በራሱ ይወርዳል። በሂደቱም የነበረውን ትርፍ ጥቅም ሰጪ የሀይል ክምችት ይቀንሳል። ትርፍ ጥቅም ሰጪ የሃይል ክምችት ያለው ቁስ እንደየክምችቱ መጠን በነውጥና ቀውስ የታወከ ስለሆነም በሚያደርገው ይህንን ክምችት ብሎም ቀውስ የመቀነስ ዝንባሌ ሃይሉን ከነ ቀውሱ ቁልቁል ሲንደረደር በመንገዱ ላይ ለሚገጥመው ቁስ እያጋባ ወርዶ ከዝቅተኛው የሃይል ማግ ያርፋል።

ሐ) ቀውስ ክፍተኛ የኃይል ክምችት ማግ ሲሆን ስርአት ዝቅተኛው የኃይል ክምችት ሸለቆ ነው::

መ) ሙቀትና ቀውስ የኃይል ክፍተኛ ክምችት (high entropy) ገጽታዎች ሲሆኑ ቅዝቃዜ ባንጻሩ የዝቅተኛ ኃይል ክምችት (Low entropy) ገጽታዎች ናቸው:: ታዲያ በሁለንተና ያለው የኃይል ክምችት በየማይክር

ሰኮንዲና በየናና ቴምፐሬቸራ የምትከሰተው የኃይል ክምችት ልዩነቶች መንስኤ በቁስና ህይወት ላይ የምታሳድረው የራዲ የጥመት፤ የመቅናት፤ የመጠን፤ ያቅጣጫ ፤የጥንካሬና የልስላሴ አሻራ ልዩ የግል ማንነት የሚባለውን መገለጫ ተከለማንነት ያንናጽፈታል።

አንድ ዝግ ሰርዐት ከማንኛወም ሌላ ዝግ ሰርዐት ጋር የቁስም ሆነ የሀይል ቅይይሮሽ ወይንም ሌላ ንክክኪ ከሌለው ፤ ጥቅል የሀይል መጠኑ ቋሚና የማይቀየር ነው። ለምሳሌ አንድ የተነፋ ፊኛ ውስጥ ያለ የሀይል ስብጥር በየማየክሮ ሴነቲሜትራ ልዩነቶች ቢኖራትም ከሌላ ውጫዊ አካል ንክኪ ወይንም ልውውጥ እስካላደረገ በፊኛው ውስጥ ያለውን ጥቅል የሀይል መጠን አይቀየርም (conserved) ነው። ከስርአቱ ውጪ ካለ የሀይል ምንጭ በሚደረግ ንክኪ በስርአቱ ውስጥ ያለን ስራ መስራት የሚችል ትርፍ ሀይል መጨመርና መቀነስ ይቻላል። ለምሳሌ በተነፋው ፊኛ ውስጥ ታፍነው ግራ ቀኝ ፤ታች ላይና በያቅጣጫው ይራራጡ የነበሩ ሞሎኪሎች ፊኛውን በመቅደድ ዝቅተኛ ነጻራዊ ሸለቆ በመፍጠር ከፍተኛ የሀይል ጋግ ላይ የነበሩትን ሞሎኪሎች ወደዚህ ነጻራዊ የሀይል ሸለቆ በሚያደርጉት መንደርእደር የነበራቸውን ትርፍና ጠቃሚ የመሰራት የስራ ሀይል ይቀንሱታለ ።ይህም የተቀነሰ ሀይል ስራ ስሪ ሀይል ነው

። የዚህም መንስዔና ውጤት ከስርአት ትርምስ ከትርምስም ስርአት አንዱ የሌላኛው ምክንያት ያላንዱም ሌላው ሊከሰት የማይችል ክስተቶች በመሆናቸው። ከከፍተኛ የሀይል ማማ ወደ ዝቅተኛ የሀይል ሽለቆ የሚሆኑ እንድርድሮች ስርአትን (order) ፤ ከዝቅተኛ ወደ ከፍተኛ የሀይል ማማ በሚደረጉ ጥረቶችም ትርምስ (chaos) እየተቀያየሩ በማስከተል ፤ የሁለንተና ሞተርና መዘውር ሆነው የእድገትና ጭጨት ፤ ውልደትና እድገት ፤ ጅምርትና ሞት ከዋኝና አድራጊ ክስተቶች ናቸው።

ያስራዘጠነኛው ክፍለዘመን የንግሊዝ አንዱና ታላቁ ግኝት የውሀን ሞሎኪዩሎች ከዝቅተኛ የሀይል ሽለቆና ስርአተኛነት በማፍላት ወደ ከፍተኛ የሀይል ማማና ትርምስ በመቀየና ትርምሱን በጠባብ ማስተንፈሻ ወደ ዝቅተኛ የሀይል ሽለቆ በመምራት ስራ ሰሪው ትርፍ ሀይል ተርባይን እንዲያዞር በማድረግ የእንፋሉት ሞተርን እንዲዘውር ማስቻልና ብሉም የምድር ባቡር ትራንስፖርትን በዚህ አዲስ ግኝት ላይ በመመስረት እውን ማድረግ ነበር።

ምናልባት ከተነሳሁበት እየራኩና እያነሳሁ ያለሁትም ከተክስ ስብእናና ከተክስ ማንነት ግንኙነቱ ግራ አጋቢ ቢመስልም እንዴት በረቂና ደቂቃን የውጥንቅጦሽ ትርምስ ግዙፍና ቅጥ ያለው ኩነት እውን እንደሚሆንና

በግልባጩም እንዴት ግዙፍና የረጋ አካል ወደ ደቂቅና ረቂቅ ትርምስ መለወጥ እንደሚችል ነው። በረቂቅና ደቂቅ ትርምሶች ሂደት ውስጥም መሆን ከሚቸሉ መጠን አልባ ግጥጥሞሾች (infinit possibilities) ውስጥ ቅርጸና አቅድ ስርአትም ጭምር የሎተሪ ዕጣ ዕድል በሚመስል ሂደት ፍጹም ልዩ የሆነ ኩነት ይከሰታል። ይህም ክሱት ኩነት በጊዜ በሚገተሙት ንክኪዎች፤ ስበትና ግፊቶች ያለውን ነጻራዊ ስርአትና ቅርጽ መልሶ ወደ ደቂቅና ረቂቅ ህዋሳትና ቁሳት ትርምስ በመመለስ እየተቀባበሉ ዙሩን ያለማቋረጥ ይደግሙታል። ተክለ ማንነት በነዚህ የቀወሰና ስርአት (Chaos and Order)ቅብብሎሽ ባልተጠበቁና ከግምት ውጭ በሆነ ለአመክንዮ በሚከብዱ ሂደቶችና ውጤቶች የሚከሰቱ ቁሳትና ህዋሳት የሚጎናጸፉት ልዩ የማንነት መገለጫ ነው።

"ሕይወት ከትርምስ እንዴት በሞለኪውላር መዘውሮች ስርዐት እንደሚያሰርጽ በፒተር ኤም.ሆፍማን" ሕይወት በሁለተኛው የቅጽበታዊ የሙቀትና ትዝቃዜ ልውውጦሽ ህግ (2nd Law of thermodynamics) በሚገዛው አጽናፈ ዓለም (

ሁለንተና) ውስጥ ያለ ውስብስብና ውጥንቅጥ ስርዐት ነው።

የሕይወት ሥርዓታዊነትና ውስብስብነት፦መልሱ እነደ ፒተር በሞለኪላር መዘውሮች ከንውኖች(proceses of molecular machines) ላይ ነው ያለው። እኒህ ጥቃቅንና ደቂቅ የሞሎኩዊል መዘውሮች የህይወትን ምስረታና አስፈላጊ ተግባራትን እንደ ዘረመልን ማራባት ፤ዘረመልን ተርጉም መጻፍና ለፕሮቲኖች እጥፈትና መመረት በመሳሰሉት ተግባራት ይገለጣል።
ሴላውና አይነተኛ የሆነው የሞሎኩል ገጽታ ሚዛናዊ ባልሆነ አቋም መስራታቸው ነው፤ ይህም ማለት ስረዐታቸውን ለማቆም በቋሚነት ሃይል ይጠቀማሉ; ማለትም ቋሚ ሃይል ያስፈልጋቸዋል። በተቃራኒው በሚዛናዊ አቋም (at equilibrium) ያሉ ስርዐቶች የመጨረሻው የሀይል ሸለቆ ላይ የደረሱ ስለሆኑ ሀይል አይጠቀሙም።
ፒተር ሆፍማን የተለያዩ ሞሎኩላር መዘውሮችን በመጽሀፉ ይዘረዝራል እነርሱም ፦
ኢንዛይሞች የኬሚካል ቅንብሮችን የሚያፋጥኑ ካታሊሰስቶች ናቸው።
የሞቶር ፕሮቲኖች ሞሎኩሎችን በሴሎች ዙሪያ ያዘዋውራሉ።
ATP ሲንቴስ የሴሎች መገበያያ ገንዘብን ያመርታሉ።

የዘረመል (DNA) ፖሊመሬስ ዘረመልን ያራባል
የRNA ፖሊመሬስ ዘረመልን ወደ RNA ይተረጉማል።
ሪቦሶም (Ribosome) RNAን ወደ ፕሮቲን ይተረጉማል።

ሆፍማን ሞለኪውላዊ መዘውሮች (ማሽኖች) የህይወት አስፈላጊ የግንባታ ብሎኮች ናቸው ሲል ይሟገታል። በተጨማሪም ይህ ጥናት ስለ ሕይወት አመጣጥ እና ስለ ሰው ሰራሽ ሕይወት መረዳታችን ያለውን አንድምታ ያብራራል።

Life's Ratchet ላይፍስ ራቼት (የህይወት መዘውር) ስለ ሞለኪውላC መዘውሮች (ማሽኖች) በአጠቃላይ መታየት ያለበት በደንብ የተፃፈ እና በመረጃ የተሞላ መፅሃፍ ነው። ስለ ሕይወት ሳይንስ የማወቅ ፍላጎት ላለው ሰው እና ስለ አጀማመሩ መሆን ስለሚፈልሉ መንገዶች መሰረታዊ ዕውቀት ለማግኘት መነበብ ያለበት በብዙ ግኝቶችና ግንዛቤዎች የተደራጀ መጽሃፍ ነው።

ሞለኪውላC አውሎ ነፋስ (molecular storm) በnanoscale ውስጥ ዋና ዋና ሞለኪውሎች እና አቶሞች ቋሚ እና የዘፈቀደ ነውጣዊ እንቅስቃሴን ለማመልከት የሚያገለግል ቃል ነው። ይህ እንቅስቃሴ በስርዓተ ክወናው ለመሰረታዊ የህይወት ሂደቶች እና የተሆነቶ የኡደት ስርጭት፣ አካላዊ ፣ኬሚካላዊ ኤሌከትC ስታቲክ ግብረመልሶች እና ፕሮቲን መታጠፍ ለመሳሰሉት ተግባራት ተጠያቂ ነው።

ሞለኪውላር አውሎ ነፋሶች እንደ ክሪስታሎች እና ህይወት ያላቸው ህዋሳትን የመሳሰሉ ውስብስብ አወቃቀሮችን የመፍጠር፤ የመስራት ወይም የማቀናበር ሚና አላቸው ተብሎ ይታሰባል። ለምሳሌ፤ ሞለኪውሎች በዘፈቀደ በሚየደርጉት ትርምስ እርስበርስ ሲጋጠሙና ሲጋጩ ሁኔታ በፈቀደላቸው በአጋጣሚዎች እየታዘዙ የውስጥና ወጫዊ ፈተናዎችን (challanges) ሊፈቱ ይችላሉ። ይህ ሂደት እራስን በመሰብሰብ ይታወቃል፤ እና በተሆነቶው ዓለም(natural world) ውስጥ ለምናያቸው ውስብስብ ችግሮችና መፈትሄዎች መፈጠር ምክንያት ነው ተብሎ ይታሰባል።

በተሆንቶ እና በህይወት ውስጥ ራስን መሰብሰብ ግለሰባዊ አካላት በድንገት ወደ ትላልቅ እና ውስብስብ ከሱቶች የውጫ መመሪያ ሳያስፈልጋቸው የሚደራጁበት ሂደት ነው። ይህ ሂደት በተጨማሪ ኬሚካላዊ ቦንዶች፤ ኤሌክትሮስታቲክ ሃይሎች እና በቫቫን ደር ዋልስ ሃይሎች መካከል ባሉ የተለያዩ የመስተጋብር አካላት የሚመራ ክንዋኔ ነው።

ራስን መሰብሰብ ለሁሉም ህይወት ያላቸው ክሱታት መሆን እና ተግባር አስፈላጊ ነው። ለምሳሌ ፕሮቲኖች እና ኑክሊክ አሲዶች ለሴል ሜታቦሊዝም እና ለመባዛት አስፈላጊነት እንደ ራይቦዞምስ እና ኢንዛይሞች ባሉ ውስብስብ አወቃቀሮች እራሳቸውን ይሰበስባሉ።

ራስን መስብሰብ በቲሹዎቹ እና የአካል ክፍሎች እድገት ውስጥ እንዲሁም እንደ ሳይቶስክሌቶን እና ውጫዊ ማትሪክስ ያሉ ውስብስብ አወቃቀሮችን ሚና በተሆንቶ እና በህይወት ውስጥ ራስን የመሰሰብሰብ አንዳንድ የተወሰኑ ምሳሌዎች ከብዙ በጥቂቱ እንደሚከተለው ተጠቀሰዋል

የኮርኒንግ ስብስብ፦- ፕሮቲን የፕሮቲን ኮት እና የኔውክላይክ አሲድ ራሳቸውን የሚገጥጠሙ ናኖ ፋይዳዎች ናቸው። የፕሮቲን ኮት ክፍል በካርኖም ኃይል ራሱን በመገጣጠም ሙሉ የኮርኒንግ የዘረመል ልባስ ቅንጣትን ያሳካል።

ቬሉላር አድራሻ፦- ቬሉላር ሽፋኖች ከፎስፎሊፒድስ የተውጣጡ እራሳቸውን የሚገጣጠሙ አወታቀሮች ናቸው። ፎስፎሊፒድስ አምፌፓቲክ ሞለኪኪሎች ናቸው፤ ይህ ማለት ሁለቱ ሃይድሮፌሊክ (ውሃ አፍቃሪ) እና ሃይድሮፎቢክ (ውሀ ጠል) (እና የሃይድሮፌሊካል ክልሎች በውሃ ውስጥ ይገናኛሉ።

የማይክሮቱቡል ስብሰባ፦- የማይክሮቱቡሎች ባዶ፤ሲሊንደራዊ አወታቀሮች ለቬሎች ዝግጅት እና እንቅስቃሴ አስፈላጊ ናቸው። ማይክሮቱቡሎች የቱቡሊን ፕሮቲኖች ናቸው፤ እነሱም እራሳቸውን ወደ ማይክሮቱቡሎች የሚገጣጡሙ ጓናዚን ትራይፎስፌት (GTP) ባሉበት ጊዜ ነው።

የዘረመል ወይም ዲኤንኤ ማባዛት፤ የዲኤንኤ (ዘረመል)ማባዛት ዲኤንኤ(ዘረመል) እራሱን የሚቀዳበት ወይም የሚያባዛበት ሂደት ነው። የዲኤንኤ (ዘረመል)መባዛት በሁለት ዲኤንኤ (የዘረመል) ክሮች መካከል ባለው የመተሳሰሪያ ጥንድ መስተጋብር የሚመራ ራስን የመገጣጠም ሂደት ነው።

ራስን መሰብሰብ (self assembly) ከቁጥሮች እና ከሴሎች እስከ ቲሹዎችም ድረስ የተለያዩ ውስብስብ አወቃቀሮችን ለመቅንበር (ለመስራት) የሚያገለግል የማረጋገጫ ሂደት ነው።

የሙቀትና ቅዝቃዜ ቅጽበታዊ ልውውጦሽ (thermo dynamics) መርሆች በውጥንቅጥና ውስብስብ ስርአት ውስጥ የሚከሰቱ ትርምሶችንና ስርአታዊነቶችን ለመረዳት አይነተኛውን ሚና ይጫወታል። የቅጽበታዊ ሙቀትና ቅዝቃዜ ልውውጦሽ ህግ ባንድ ስርአት ውስጥ የሀይልን ጠባያትና ዝውውሮሽ ገላጭ በመሆን በሀይል እንቅስቃሴ እንዴት ስርአተኛነት (Order) ና ነውጥ (Disorder and chaos)እንደሚከሰቱ ግንዛቤ ያስይዛል።

ሁለተኛው የሙቀትና ቅዝቃዜ ቅጽበታዊ ልውውጦሽ ህግ (Enthropy) በወይነተኛነት ነውጥንና ስርዐትን ብሎም ራስን ስለ መሰብሰብ (self assembly) ለመረዳት ወሳኝ ነው።

በውስብስብና ውጥንቅጥ እንደ ህይወት ያላቸው ዕውንቶቻና ያካባቢ አየር በመሳሰሉ ስረዐቶች ውስጥ ያሉ የህይልና የኢንትሮፒ ልውውጦሽ ወላዎች ናቸ። ከአካባቢው ወደ ስረአቱ የሚገቡ ሀይሎችን ስርአትንና ትርምስን ለማስረጽ ያውሉታል ሆኖም ይህው ሂደት በመልሱ ኢንትሮፒን ያሰርጻል። ስርአቱም የሚከስተውን የኢንትሮፒ ጭማርና ስርአትን በማመዛዘን ቋሚነቱንና ቀጣይነቱን ያረጋግጣል።

እራስን በራስ የማሰባሰብ እሳቤ ሌላኛው በቅጽበታዊ የሙቀትና ቅዝቃዜ ልውውጦሽ መርህ በውስብስብ ስርአት ውስጥ ከቅጥና ስረአት መከሰት ጋርም ተያያዥነት አለው። እራስን በራስ ማሰባሰብ ያለ ምንም ውጫዊ ጣለቃ ገብነትና ተጽዕና ቅጽባታዊ የገጽታዎችና ቅርጾች በስርአት ውስጥ መከሰት ነው። ይህም ክስተት በስርአት ውስጥ ባሉ ቁሰና ሀይል በቅጽበታዊ ሙቀትና ቅዝቃዜ ልውውጦሽ ህግ የተገዘ ንክኪና ልውውጦሽ መንስዔ ዕውን ይሆናል። ባጠቃላይ ቅጽበታዊው የሙቀትና ቅዝቃዜ ልውውጦሽ ህግ በውጥንቅጥና ውስብስብ ደቂቁና ረቂቁ ስርአት ውስጥ በሀይል፣በኢንትሮፒ፣ ስለ ስርአትና ትርምስ መከሰት ለሚኖረን መረዳት መሰረት ነው።

እስኸሁን ባደረግነው ምልከታ መሰባሰቦች ሁሉ በልዩ ምያተኝነት ላይ ተመርኩዘው ፈተናዎችን በጋራ ለመመለስ የሚደረጉ መደራጀቶች ናቸው። ለምሳሌ

የኩላሊት ሴሎች በተናጠል ባለሙያዎችም ሆነው ደምን የማጣራት ሙያቸውን መተግበር ስለማይችሉ ኩላሊት በሚል ድርጅት የሙያቸውን ፈተናና ግዴታ ይወጡታል። ልብም እንደዚያው። ሳንባም ሴላው ሴላውም። ለነገሩማ የህይወት ጅምርት የህይወት አልባ ንጥረነገሮች ስብስብ የወለዳቸው ህያው (organic) ውህዶች (compounds) አይደሉ?ብሎስ አሁን ለምናየው ብዜታ ርቢ መንሰዔዎቹ የሁለቱ ባለ አንዳንድ ሴሎች ባክቴሪያዎች በውህደት ለውስጥ ፍጆታቸው ከሚፈልጉት ጎይል በላይ ትርፍ ጎይል ከሚመገቡት ምግብ ማምረታቸው ነበር። እነሆ ፍጡርን ሁሉ በዝቶና ተባዝቶ ዓለምን ሞልቶና! አምቶ የራሱንና የምደሪቱን ገጽታ በበጎና ክፉ መቀየርና መለወጥ የቻለው በሁለቱ ሴሎች ተጀምሮ በብዙ ሴሎች የድግግሞሽ ህብረትና ትረፍ ሀይል መሆኑ ሲታሰብ ዕውነትም ተፈጥሮ ዕጹብ ትንግርት ናት ያሰኛል፤ ናትም።

የማንነታችን ዕድገትና ስሪት በብዙ እርስበርሳቸው የተጠላለፉና ውስብስብ የውጪና የውስጥ ክስተቶች የዕድሜ ልክ ሂደቶች ተጽዕና ውጤት ነው።

ግለ ስብዕና ወይም ተክለ ማንነት ብዙ ገጽ ያሉት እሳቤ ቢሆንም በመሰረቱ ስለ ማንነታችንና ምንነታችን ያለን ግንዛቤና ስሜት ነው። በጥቅሉ ሲታይም ልዩና አይነተኛ ግለ ስብነትን የሚያንናጽፉን ምግባሮችና

ገጽታዎች ናቸው። እነዚህንም ምግባሮችና ገጽታዎች የምናገኛቸውና የምንነጋጸፉቸው ከልጅነት እስከ እውቀት ብሎም ከዚያ በፊት በምናልፍባቸው የቤተሰብ ግንኙነቶች ፤ ማህበረሰብ ሀላፊነቶችና ግንኙነቶች ፤ የስራ ሞያዎችና ስልጠናዎች፤ በምንከተላቸው ዕምነቶችና ያምልኮ ስነ ስርዓቶች ፤በህይወት ልምዶችና ገጠምሾዎች በመሳሰሉ ሂደቶች በመቀረጽና በመታረቅ ፤ በመጠመዘዝና መቃናት፤ በመጠረብና በመጠረዝ ነው። እነዚህም አፍራሽ አዳሽ ፤ ቀያሽ መላሽ ከስተቶች ቋሚ ያልሆኑና ባያሌው ተለዋዋጭ እንደመሆናቸው ማንነቶችንም ይቀያይሯቸዋል። ለነዚህም ግልጠቶች ሆና መገኘት ወሳኝ ሲሆን ሆና መገኘት ባብላጫው የምርጫ ሳይሆን ያጋጣሚና ያስገዳጅ ከስተቶች ውጤት ነው። ጀምስ ማርሲያስ የተባለ አጥኚ እንደሚለው የተክለ ማንነት እድግት በየግለሰቡ የራስን የማወቅና የእርግጠኝነት ደረጃ ላይ የተመሰረቱ አራት እርከኖች አሉት። እነርሱም ፦

ሀ) የማህበረሰባዊ ተሳትፎ ሚናና አገልግሎት የሚሰጠው የአባልነትና ከመሰሎች ጋር ግንኙቶችና ንደኝነቶች የሚያስገኙት ማንነት።

ለ) በትምህርት በሚገኝ ስልጠና ፤በስራ ልምድና አገልገሎት በሚገኝና በሙያ አበርክቶ የሚገኝ የሞያ ማንነት።

ሐ) ዕውነትና ሀስትን የመለያ፤ ትክክለኛነትና ስተተኛነትን የማያ የ0ይታ መነጽራችንን፤ ፍትህዊነትን፤ የመኖርና የህይወት ትርጉማችን በእምነትና የባህል እሴቶች የምንጎናጸፍቸው ማንነቶች።

መ) በመኖር የምንገጥማቸውና የሚገጥሙን ሰዎች ፤ ቁሶች፤ እንሰሳት፤ አዝዕርተና ሌሎችም ገጠምሸዎች የሚያሳድሩብን አሉታዊና አዎንታዊ ተጽኖዎች ወለድ የህይወት ገጠምሸዎች ወለድ ማንነቶች ናቸው።

የሰዎች የራስን ማንነት ማወቅና ስለ ራስ የማንነት መሰረት የሚኖረን መረዳት ምንም እንኳን አንዳንዴ ምናባዊነት ቢኖርበትም በዓለም ለራሳችን ያለንን ቦታና ግምት ባንጸሩም ስለሌሎች ያለን ቦታና ግምት ሚዛናዊና ነባራዊ መረዳት ያለው እንዲሆን ያስችለናል። የራሳችንን የማንነት መሰረት አረዳድ በጸና መሰረት ላይ ካላቆምን የሌሎችን ማንነት መረዳትም ሆነ ማክበር ሊከብደን እንደሚችል ተመራማሪዎች ያስተምራሉ።

በዘረመልና በማንነት መሀል ያለው ግንኙነት ምንም እንኳን ውስብሰብና ጥናቱ ቀጣይ ቢሆንም ዘረመል አይነተኛ ሚና እንዳለው አሌ ባይባልም እንዳካባቢ፤ የግል ልምድ የመሳሰሉ ተጨማሪ ምክንያቶችም ብርቱ አስተዋጽዖ ያደርጋሉ። HCHC ባለ መልኩ ለማየትም፦

ሀ) የዘረመል ተጽዕኖዎች — ጥናቶች እንደሚያመለክቱት ተወራሽ የሆኑ የመለያ መገለጫዎች

እንደ ግለጽነት፤ አዛዥነት፤ ተግባቢነት፤ የመሳሰሉትን ያካተተ

ለ) ጾታ በY ክሮሞዞም ላይ SRY በመጨመር ዘረመል ጾታን ይወስናል።

ሐ) የቡድን ተጽና – አንዳንድ ጥናቶች እንደሚያመለክቱት አንዳንድ ግለሰቦች ላንዳንድ የቡድን ተግባራትና ጠባያት አፍቅሮት የዘረመላቸው ቅንብር ሊያጋልጣቸው ይችላል ። ይሁንና ማህበረሰባዊና ባህላዊ ኩነቶች ዋናዎቹ የቡድን ማንነት ወሳኞች ናቸው። የዘረመል ቅደም ተከተልና ግራ ቀኝ ቀንብር ታላቁ ፍጡራትን ከፍጡራት ፤ተክላትንም ከእንሰሳት የመለያ የማንነት መሰረት ቢሆንም ይኸው ቅንብር እጽዋትን ከጽዋት፤ እንሰሳትም ከእንሰሳት የሚለዩበት የቡደንና የተናጠል የመለያ ቅንብራዊ ዘዬ አለው።

በዘረመል ዕውነታ ኢፒ (EPI) ቅጽል በመሰረቱ ከዘረመል ቅንብC (DNA syquence) ባሻገር ያሉና አስደናቂ ክስተቶች በዘረመል ተግባርና ግለጾት ላይ የሚኖራቸውን ተጽዕኖንና ጫና የሚመረምC ስነዕውቀት ነው።

የኢፒዘረመል (epigenetics) ስነዕውቀት በዘረመል ቅንብር ላይ ተደርቦ የዘረመሉን መሰረታዊ የቅንብር ኮድ ሳይቀይC የዘረዘመሉን የግለጾት መጠን በማጉላትና በማኮሰስ ክንዋኔዎቹን ይቆጣጠራል። እንደራሰ

መብራትም የብርሀን ማጉያና ማደብዘዣ(Switch) ማብሪያ ማጥፊያ የሚቆጠሩ የዘረመል የግልጸት ማደብዘዣና ማጉያ ቁልፎች አይነቶች ናቸው።

የኢፒዘረመል ምልክቶች እንደ ማጉያና ማደብዘዣ የሚያገለግሉ በዘረመል ላይ የሚደረቡ ኬሚካላዊ መሻሻሎችና ዓካላዊ ወይም ቁሳዊ ገጽታዎች ናቸው ። ኢፒዘረመል በሕዋሳዊና አካላዊ የማንነታችን ስሪት ላይ ጉልህ የሆነ አስተዋጽዖ አለው።

እነርሱም፤-

ሀ) ሕዋሳዊ ማንነት ለማስረጽ የሂሰቶን መሻሻልና (histon modification) ዘረመላዊ ሜቲሌሽን (DNA methylation) እንደ ማብሪያና ማጥፊያ የልዩ ሕዋስ ዘረመልን ግለጠት እያበሩና እያጠፉ ፤እያደበዙና እያጎሉ የዕያንዳንዱን የሕዋስ ዓይነት፤ተግባርና ብሎም በአካል ውስጥ ያሉትን አጠቃላይ ብልቶችና ሕዋሳት በረቂቅ ይቆጣጠራል። ለምሳሌ በኒሮን የአእምሮ ሕዋሳትና በኩላሊት ሕዋሳት መካከል ያለ ያንድ ግለሰብ የዘረመላዊ ቅንብር ልዩነት ባይኖረውም በኢፒዘረመሉቾ ተጽዕና አማካይነት የሁለቱም ዘረመል ቅንብሮች የተለያዩ አንጓዎች የግልጠት መጠንና ይዘት የተለያየ በመሆኑ የየራሳቸውን ልዩ የሕዋስ ማንነት ያጎናጽፋቸዋል።

ያንድ ግለሰብ ወይም ህይወት የዘረመል ቅንብር እንደ አንድ ሕንጻ ብሉፕሪንት ለሕንዳው ግንባታ እስኪሌለተንነት ሁሉ የዘረመሉ ቅንብርም ለግለሰቡ ወይንም ህይወት ማንነትና ምንነት የግንባታው ብሉፕሪንት ሲሆን ኢፒጄኑ የግንባታው ግድግዳ፤ ልስን፤ መስኮትና በር ፤የግድግዳና መስታወት ቀለምና ሌሎችም ማሳመሪያና ማስጌጫዎች የልዩነትና አንድነት ግለ ሰብአዊ መሰረቶችን ያላብሱታል።

ትናንሽ የማይቆልፉ የRNA(non coding) ሞሎኪውሎች በዘረመል ወይም ፕሮቲኖች ላይ እየተጣበቁ የዘረመሉን ቅንብር ግልጠት ልክ እንደኮንዳከተር ይመሩታል።

አንዳነድ የኢፒጄኔቲክ ምልክቶች እንደ ዘረመል ቅንብር ለውጦች ሁሉ ከትውልድ ወደ ትውለድ ስለሚወረሱ ላንዳንድ የጠባይና የመሆን ቅድመ መጋለጥን ያስከትላሉ። ስለሆነም ተሆነቶና እንክብካቤ (nature and nurture) ማለትም መሆንን በንክብካቤ ከኢፒጄኔቲክ ተጋልጦ አስከፊ ገጽታዎች በመንከባከብ መቀነስና ማሰቀረት ይቻላል። ማንነታችን ምንም አንኳን በውርስ ሲወርድ ሲዋረድ በሚመጣ የዘረመል ቅንብራችን ንድፍ ባያሌው የተሰጠና የተወሰነ ቢሆንም አስተዳደጋችን ፤ ልምዳችን፤ገጠምሽዎቻችንና የጠቅላላ አካባቢያችን ተጽዕና ለማንነታችን ወሳኙን መልክና ቅርጽ

ይሰጡታል። ማንነት ጠቅለል ባለ መልኩ ሲታይ ሔኝ አናሳ ምርጫ ቢኖረውም ባብዛኛው ከሔኝነት ቁጥጥር ውጪ በሆኑ ኩነቶች የተሰራና የሚሰራ የማንነት መገለጫ ነው።

በዘረመልና ኢፒ ዘረመል መሀል ያለው ግንኙነት አሁንም እራሱን በመግለጽ ላይ ያለ ውስብስብና የሆነና ግልብ ትርጉም የሌለው የመሆኑን ያህል በዛው መጠን ጥልቅ መረዳት ያሻዋል። የኢፒ ዘረመል ምልክቶች በረቂቅና ውስብስብ አግባባዊነት ላይ የተመሰረት አካሄድ ስላላቸው ሁል ጊዜ በቀጥታ የታወቁ ጠባያትና ገጽታዎች መገለጫ አይሆኑም።

ምንም እንኳን ኢፒ ዘረመል የበለጠ የማንዛቤ መስብን እያገኘ ቢሆንም አሁንም የዘረመል ቅንብር ወሳኝ የልዩነት መገለጫ ሚና አለው። ኢፒ ዘረመልና ዘረመል በቀጽበታዊ ንክኪና ልውውጥ ማንነትን ያንጻሉ።

በመደምደሚያው ኢፒ ዘረመል እንዴት ልምዳች፣ አካባቢአችን፣ ግንኙነቶቻችን አጠቃላይም ኑሮአችንና ስነ ህልውናችን እንደሚወራረሱ አስደማሚና ስሜትን ሳቢ የዕይታ መነጽር ይሰጡናል። አካባቢአችንና ኑሮአችንም በማንነታችን ላይ የሚያሳርፈው ማህተም ቋሚና ወሳኝ ቀራጫችን ነው። ምንም አነኳን ጥናቱ ቀጣይና ያላለቀ ቢሆንም የዘረመል ቅንብር ብቻውን የማንነት ወሳኝ መሆኑ ቀርቶ ውስበሰብና በቀጥታ ለማየት

ከበድ ያሉ የተፈጥሮና እንክብካቤ (Nature and Nurture) በቅንበር የማንነታችንን ገጽታዎች ይገነቧቸዋል። የኢፒዘረመል ምልክቶች (Epigentic markers) እንዲሁም በዐዕምሮ እድገቶችና ከህሎቶች ላይ አሌ የማይባል እንደየ ገጠምሽዎቹ አዖንታዊና አሉታዊ ተጽዕና ያሳድራሉ። እንደ የልጅነት ላደጋ ግለጠት፤እንክብካቤ እጦት፤ጭንቀትና የልጅነት ጉዳት የመሳሰሉት ቋሚ የሆኑ የኢፒ ዘረመል ምልከቶችን ለግንዘቤ፤የህሊና መረጋጋትና ጠቅላላ የዐዕመሮ ጤንነትን በሚቆጣጠሩና በሚያዙ የዘረመል ቅነብሮች ላይ ያናራሉ። በዚህም የተነሳ የግለሰብን ዝንባሌ፤ክህሎት፤ጠባይና በተጋልጦ ተጠቂነትንና ተጠቃሚነትን ብሉም ተክለ ስብዕናን ይወስናሉ። ኢፒ ዘረመል ያካባቢ ኩነቶች ተጽዕና ውጤት መሆኑን ከተገነዘብን ፤ያካባቢ ኩነቶች ምንና ምንን ያጠቃልሉ ይሓን የሚል ጥያቄ ማስከተሉ ለብዙ አመክንዮአዊ አዕምሮ ግልጽ ነውና ምንም እንኼን ከረቂቅና ደቂቅ ባያሌው ውስብስብና ውጥንቅጥነቱ የበዛ እንደ መሆኑ ሙሉ ገጽታውን ማሳየትም ሆን መግለጽ ባይቻልም ለዕይታችን ይረዳን ዘንድ በጥዋቱ ገረፍ እናድርገው።

ያካባቢ ተለዋዋጭና ቋሚ ኩነቶች ጥቂቶቹን ለመጥቀስ መልከዐ ምድር፤ ከባህር ወለል ከፍታና ዝቅታ፤ የዐየር ጠባይ ማለትም ሞቃታማ፤ ቅዝቃዜ፤

ዕርጥባና ደረቃማ ፤የሚበቅሉ አዝዕርትና ተክላት፤
የቤትና የዱር ዕንሰሳትና አራዊት፤ወፎችና አሞሮች
፤ሰዎችና ማህበረሰቦች ፤ዕምነቶችና ሰነ ሥርዓቶች
፤ወጎችና ትርከቶች -- ወዘተርፈ።

ከላይ እሰካሁን የዘረዘርኳቸውን ያመክንዮ፤ዝርዝር
ኩነቶችና ግንዛቤዎች ደምድሜ ከማለፌ በፊት ኢፒ
ዘረመል ያካባቢ ቋሚና ተለዋዋጭ ኩነቶች ተጽዕና
ውጤት መሆኑና ፤ ምንም እንኳን ቤተሰቦች የማንነት
የዘረመል ቅንብር ብሉፕሪንት በውርስ ሰጥተው ቢወልዱን
ማንነታችን ታንጾና ተቀርጾ የሚሰጠን ባካባቢያችን ቋሚና
ተለዋዋጭ ኩነቶች መሆኑ አጽንአት ሊሰጠው የሚገባ
መሆኑንና ከቤተሰብ የምንወርሰው የዘረመል ቅንብር ቋሚ
ሊለወጥ የማይችል እርግማን ወይም ምርቃት ሳይሆን
በግልጠቶችና ከግለጠቶች በመታቀብ መስተካከልና
መታረቅ ወይም መጠገን የሚችል መሆኑን ነው።

ሹክሹክታ ወሬ ወይነም ሆሜት (Gossip) በግብ
ቢለይም ባተገባበር በተመሳሳይነት በህብረተሰብ ወስጥና
በሴሎች መካከል ሆሳብን (information) መለዋወጥና
ማራባት ጠቀሜታ ላይ ይውላል። ሴሎች ከሴሎች ስለ
ካባቢያቸው ለመነጋገር ብዙ የሆኑ የምልከታ መንገዶችን
ይጠቀማሉ። እንዚህ ልውውጦች እንደ ሆርሞን ያሉ
ሞሎኩዊሎች፤   ኒውሮትራንስሚተሮችና   የዕድገት
ምክንያቶች (growth factors) ባሉ ምልክቶች የቀጥታ

ንክኪ ወይንም ባየር ሞሌኩዩሎች ንክኪ ይተላለፋሉ። እነዚህም ምልልሶች ሴሎች ሚስጠሮቻቸውን ለመቀያየርና የመልስ ተግባሮቻቸውን ለማቀናጀት ይረዷቸዋል።

አንዳንድ ባከቴሪያዎች ምልክት ሰጪ ሞሎኪሎችን በመጠቀም የቁጥር ብዛታቸውን ለማወቅ ይጠቀሙበታል። የባከቴሪያዎቹ ክምችት እየጨመረ ሲሄድም የሞሎኪሎቹን ቁጥር በመጨመር የዘረመል ግልጠት ለውጡን በማስከተል እንደ አብሪነት ህይወት (bioluminescence) እና የህይወት ፊልም መስራት (biofilm formation) የመሳሰሉ የግል ያልሆኑ የሕብረት ባህሪያትን ቁጥራቸውን መሰረት በማድረግ እንዲቀዳጁ ያስችላቸዋል።

የRNA ጣልቃገብነት (RNA interference) ሴሎች የዘረመል ግልጠትን ጥቃቅን RNA ሞሎኪዩሎች በልዩ መልክተኛ (mRNA) ዎች ላይ በማነጣጠርና በማቀጨጭ ይቆጣጠራሉ። ምንም እጂን ቀጥተኛ ዘዴም ባይሆን ባካል ውስጥ ካሉ ሴሎች እነዚህን ጥቃቅን mRNA ሞሎኪዩሎች በመቀያየር ስለ ባዕድ አካል ጣልቃገብነት ማስጠንቀቂያዎችንና የሥራ መመሪያዎችን ሀሳብ (information) ይለዋወጣሉ። ይሁንና ከህብረትስባዊው ቡከቡከታና ወሬ በተየ ሂደት መልክና የተለየ የሴሎችን ደህንነት ማስጠበቅ ዓላማ ቢኖረውም

በመሰረታዊውና ውስጠታዋቂው የሀሳብ መለዋወጥ (information exchanges) መርሁ አንድ ይሆናሉ። እነዚህን የሴሎች የግንኙነት መንገዶችና አንቀሳቃሽ ኃይላትና እንቅስቃሴዎች መረዳት በህይወት ሕዋሳት ውስጥ ያሉ ረቂቃን ፤ ደቂቃንና ውስበስብ ማይክሮስኮፒክና ናኖስኮፒክ የግንኙነት መስመሮችን ለመረዳት ባያሌው ይረዳል።

እንክብካቤ (grooming)፤ ሹክሹክታና (gossip) የቋንቋ እድገት በተሰነ የ1993 ሀርቫርድ ዩኒቨርሲቲ ፕሬስ መጽሀፉ ደንባር አር አይኔም "የቋንቋ እድገት ሹክሹክታን ለማቀናጀትና ለማፉጠን እንጂ ላደጋና የመስሪያ ቁስን ለመሥራት ከህሎት ማዳበሪያ አለመሆኑን ለማመልከት ሰዎች ብቻ በልዩነት መልክ ብዙ እንከብካቤን አይተገብሩም ባንጸሩ ግን ዘርፈ ብዙ የንግግር ወይንም የቃላት ልውውጥን በማድረግ ስፈና ውሰበስብ የማህበረሰብ ቁርኝት መፍጠር ችለዋል" በማለት ይሞግታል። እንደ ተመራማሪውና ጸሀፊው ሹክሹክታ (ማህበረሰባዊው ሹክሹክታ)በቀደምት ማህበረሰቦች ውስጥ የተለያዩ ፍላጎቶችን ለሚሟሚላት የተከሰተ ዕውነት ነው።

ሀ) በሹክሹክታ ስለ ግለሰቦች ዕውነቶችን፤ ሀሳቦችን ክንወኖችን፤ ተጋልጦትን ባጠቃላይም ሀሳብን

(information) በማሰራጨት ትብብርን ያዳበራሉ፤ ማጭበርበርንና ማታለልን ሌሎች ሊናራቸው የሚገባውን ግምት በቅድሚያ በማሳወቅ መቆጣጠር ያስችላሉ።

ለ) ሹክሹክታ ከሌሎች ጋር ህሳብን በመለዋወጥ ጠላትና ወዳጅን ለመለየት፤ ተፍካካሪንና ተወዳዳሪን በማወቅ ሊከሰቱ የሚችሉ አግባብ የለሽ፤ የይገባኛል እንካ ሰላንቲያዎችና የሥልጣን ፉክክሮች ለማስቀረትና አግባባዊ ትብብሮችን ለመከወን ይረዳል።

ሐ)) ሹክሹክታ በአጉራ ዘለልና አፈንጋጭ ግለ ሰቦች ላይ ውግዘትና ማዕቀብን በመጣል ተገዥነትንንና ህግ አክባሪነትን ብሎም የማህበረሰብ ቁርኝትን ያሰርጻል።

መ) ስለ ቤተሰብና ቤተሰብን ተኮር ሹክሹክታዎች ቤተሰብን ለመለየትና የጋብቻን ምርጫ ለማስተካከልና የቤተሰብ ቅረበትን በመጠበቅ ጤናማ የሆነ መራባትን አስችጒል።

ሠ)ሹክሹክታ ስለ አስፈላጊና ጠቃሚ ቁሳቁስ እንዲሁም ምግቦች ስርጭትና የመኖር ዜና በማሰራጨት የተሻለ የግብዓት ክፍፍል እንዲኖር አስችጒል።

ረ)ስለ ግለሰቦችና ቡድኖች ልዩ ችሎታና ድክመት በማንፀባፀቅ የግለሰቦችን የትዳርና የግንኙነትን ምርት የተሻለ በማድረግ የተሻለ ትውልድ እንዲቀጥል አሰችዟል።---- ወዘተርፈ’

በሰው ዘር የቡድኖች ምስረታ እድገት ባንተሮፖሎጂስቶችና አርኪዎሎጂስቶች መካከል ቋሚ የሆነ ውይይትና ንትረክ የተደረግበትና እየተደረገበት ያለ አስደማሚና ውስበስብ አርዕስት ነው። ማንነትና የማንነት ዕድገት በቡድንና በግለሰብ የማንነት ዐድገት ላይ መልህቁን የጣለ እንደ መሆኑ የግለሰብ የማንነት ዕድገት በቡድን ማንነቶች የታነጸና በመልሱም የጡቅል ማንነቶች ድምር የግለ ሰብ አባላት ማንነት እንደመሆኑ የሰው ልጆችን ቡድናዊ አመጣጦች ማየቱ የግለ ስብዕናን (የማንነት) ክሰተት ለመረዳት እንደ መንደርደሪያ ያገለግላል።

ከ 6፡2 ሚሊዮን ዓመታት በፊት የሰው ዝርያ ቅም -ቅም አያቶች ከ10-20 ግለሰቦችን ባመካኙ ቡድኖች ይኖሩ ነበር ።እነዚህ ቡድኖች ምናልባትም ተክላትንና ሥራሥሮችን በመለቃቀምና የወዳደቁ በመቃረም ይኖሩ ነበር።

ከ 2-1 ሚሊዮን ዓመታት በፊት ሆሞኢሬክተስ(homoerectus) የሚባል ሌላው ሰው መሰል ዝርያም በማህበራዊ ትብብርና ውስብስብ ማህበራዊ ትስስር ላቅ በሉ ከ 30 እስከ 50 ግለሰቦችን በቡድን አባለነት አካቶ ይኖሩ እንደነበር ባለሙያዎቹ ይናገራሉ። የየቡድኑን የአባላትን ቁጥር የሚወስነውም፦-

ሀ) ባካባቢው ያለ የውሀና ምግብ ሌሎችም ለመኖር አስፈላጊ የሆኑ ቁሶችና ሌሎች ግበዐቶች መጠን

ለ)አንዳንድ ጊዜ ለታዳኝነት ያለ መጋለጥ የቡድኑን ቁጥር ማነስና መብዛት የቡድኑን አባላት ከአዳኞች ለመከላከል አሰቸጋሪ ስለሚሆን በቡድኑ አባለት ቁጥር ላይ ተጽዕኖ ያሳድራል።

ሐ) የቡድኑ አባላት ቁጥር በጨመረ መጠን በቡድኑ ውስጥ የበሽታ መዛመትን ስለሚያቃልል የቡድኑ መጠን ለደዌዎች መራባት በማያመች መልኩ ይወሰናል።

መ)የቡድኑ ቁጥር እየጨመረ በሄደ መጠን የቡድኑን ቅርርብ ማስጠበቅና ቅራኔዎችንም ማስታረቅና ማስተዳደር እየከበደ ስለሚሄድ የቡድን አባላት መጠን እንዲያመች ሆኖ ይወሰናል።

የቡድንና ማህበር ምስረታ አስፈላጊነት በግለሰብ ሞያተኛ ለማከናወን የሚከብዱ አካባቢው የሚያስገድዳቸው ተግባራትን በቡድን ወይም ማህበር ማከናወን ስለሚያስችል ነው። ለምሳሌ አንድ የልብ ሴል ብቻዋን ምንም እንኳን የልብ ሴል ብትሆን የልብን ተግባራትን መፈጸም አይቻላትም ፤ ስለሆነም የልብ ሴሎች ቡድን ወይም ማህበር በማደራጀት የልብ ጡንቻ የተባለ አስገራሚውን የህይወት ህያው መኪና (Bio-machine) በማደራጀት እነሆ የመላ እንሰሳትን ህይወት ይዘውራታል። እውነት ነው የልብ ሴሎች የዘረመልና የኢሜ ዘረመል ዝምድና አላቸው ይሁንና በማህበራቸው ወይም በቡድናቸው የመደራጀታቸው ሚስጢር የዘረመል ወይም ሌላ የኝላ ዝመድናቸው ሳይሆን በካባቢው አስገዳጅነት መወጣት ያለባቸው ከፈታቸው የተደቀነው ግዴታ፤ አላማና ተግባር እንደሆን ይሰማኛል።

የጋራ የሆነ ጥፋትን ሊያስከትል የሚችል ውጫዊ ፍራቻ ወይንም ፈተና ህያዋንን እንዲቀራረቡና እንዲስማሙ ብሎም የጠነከረ ቡድናዊና ማህበራዊ ትስስር እንዲፈጥሩ ያደርጋቸዋል።

የባህል ፤የዕምነትና የሰነስርአቶች ልውውጥና የንግድና የመሳሰሉት ንክኪያዎች ለዘውግ የማህበረሰብ ሰሪት መሰረት ጣይ ናቸው። የዘውኔ ማህበረሰብ ስሪቶችና

ዓይነቶች በዓለም ላይ በቁጥራቸው የበዙና በሰሪት ፤ቅርጽና ይዘታቸውም የተለያዩና ውስን ባለመሆናቸው ተጠቅልለው ባንድ የሀሳብም ሆነ የግንዛቤት ቋት አይጠቃለሉም።

ማንነት እንደ ሽንኩርት ቆዳ በተላጠና አዲስ ቆዳ ባወጣ ቁጥር አዲስ የማንነት ቆዳ ይዞ የሚከሰት መገለጫ በመሆኑ ተለዋዋጭና ጊዜያዊ (dynamic and temporal) ነው። ይጠፋል ፤ያድጋል ፤ይኮስሳል፤ ይዋጣል ይደባለቃል።

የጋራ የሆነ ቋንቋ፤ባህል፤ ዕምነት፤ የዘር ግንድና የጋራ አካባቢ የመሬት ስሪትና ሀብት የጋራ የሆነ ማንነትና መተጋገዝና መረዳዳትን ሰሜት ከሚያሰርጹ ምክንያቶች ዋንኞቹ ናቸው። በማጠቃለያው እኒህ ሁሉ ክስተቶች የቡድን ወይንም ማህበረሰብ ባካቢው ተለዋዋጭና ቋሚ ኩነቶችና ሂደቶች አስገዳጅነትና ተባባሪነት የሚፈጸሙ ክንዋኔዎች ወይንም በዘረመል ፈደላት የሚጻፉ የግለሰብና የቡድብ የህይወት ታሪኮች ተውኔቶች ኛቸው።

የቅድመ ቅኝ ግዛት ቅድመ ባርነት ማንነትና ድህረ ቅኝ ግዛት ድህረ ባርነት የቡድንና የግል ማንነቶች:-

የቅድመ ባርነት/ቅኝ ግዛትና ድርሀረ ባርነት/ቅኝ ግዛትን የማንነት ይዘቶች አንድነትና ልዩነትን ለማወቅና

ለመተንተን ከመሞከር አስቀድሞ በተለያዩ አካባቢዎችና ባህሎች መካከል ያሉ ጥልቅና ብዙ ልዩነቶችን ግንዛቤና ዕውቅና መስጠት ካግባብ የለሽ ጠቅላይ ድምዳሜ መቆጠብ አስፈላጊና አግባባዊ ቢሆንም ሁሉን አቀፍ የሆኑ ሰፋፊ ግንዛቤዎች ግን አሉ።

ልዩነቶች ፦ በጄና የመጡና በውስጥ የእድገት የተከሰቱ፦-

የቅድመ ባርነት/ቅኝ ግዛት ማንነቶች ባብዛኛው የተሰሩትና ቅርጽ የያዙት በውስጣዊ እንቅስቃሴዎች፤ ባህሎች፤ ስርአቶች፤ ልምዶችና የየማህበረሰብ ልዩ ልዩ ስሪቶች ላይ ሲሆኑ ድህረ ባርነት/ቅኝ ግዛት ማንነቶች ብዙውን ጊዜ በተጽና የተጫኑ የባርነትና የቅኝ ግዛት ርእዮትን ይዘቶችንና ገጽታዎችን ያካትታሉ።

የባርነትና የቅኝ ግዛት ተጽኖና ልምድ ጉልህ የሆኑ የባህልና ማህበረሰባዊ ግንኙነቶች መቋረጦችን ፤የቋንቋ መረሳቶችንና መጥፋቶችን በማስከተሉና መፈናቀሎችም በመበራከታቸው የነባር ማንነቶችን መበተንና ከነባር ማህበረሰባዊ ግንኙነቶች መለያየቶችን አስከትሎዋል።

የድህረ ባርነትና ቅኝ ግዛት የማንነቶች መነቃቃት ባያሌው ባልገዛም አልገፋም ባይነት የተቃውሞ ትግል ላይ የተመሰረተ ነው። ይህ የራስን ዕድል በራስ ለመወሰን የተደረገና የሚደረግ ትግልና የባህል መነቃቃት የድህረ ባርነትንና ቅኝ ግዛትን ማንነት ልዩ በሆነ መንገድ በመቅረጽ ላይ የማይባል ተጽና አሳድሯል። ከነዚህ ታሪካዊ ሀይላት በማስቀጠልም ባብዛኛው አዲስ የነባሩና ያዲሱ የባርነት/ የቅኝ ግዛት ዕውነታ ድብልቅ ማንነቶች በእሰተ አገባና በትርጉም ክለሳ በረቂቅና ተለዋዋጭ ሂደቶች ተከስተዋል። በነዚህ ሁሉ መስተንጉሎች ፤ እንቅፋቶችና ጭቆናዎች ቅድመ ባረነት/ቅኝ ግዛት ጺንቋዎች ፤ ባህሎችና ባህላዊ ክንዋኔዎች ሁኔታዎችን ባገናዘበ መልኩ በነባርና አዲሱ ድብልቅ ማንነቶች መቀጠል መቻላው የነባር ማንነቶችን አይበገሬነት (resilience) ያስመሰከረ እውነት ነው።

ሁለቱም የቅድመ ባርነት/ቅኝ ግዛትና የድህረ ባርነት/ቅኝ ግዛት ማንነቶች ከጋራ ልምዶቻቸውና ገጠምሽዎቻቸው የጠነከረ የጋራ ማህበረሰባዊ የማንነት ስሜትን ማዳበር ችለዋል።

ቅድመ ባርነት/ቅኝ ግዛትም ሆነ የድህረ ባርነት/ቅኝ ግዛት ማንነቶች ልዩነቶቻቸው የተጠበቀ ሆኖ ቋሚና ለውጥ የለሾች ሳይሆኑ ባስገዳጅነትና በውዲታ

፤ በተዘዋዋሪና በቀጥታ ተጽኖዎች ታዳጊ፤ ተለዋዋጭና ተቀያያሪ ናቸው።

ከላይ የተጠቀሱት ምንም እንኳን ሰፊ ማጠቃለያዎች እንደመሆናቸው የተለያዩ ልምዶች፤የታሪክ ዳራዎች፤ ቦታዎችና የማህበረሰብ ስሪቶች የየራሳቸውን ልዩ የሆኑ ልምዶችና ገጽታዎች ያላብዚቻዋል።

እነዚህን የዘመኑን ማንነቶች የቀረጹ የተወሳሰቡና የተለያዩ የታሪክ መንስኤዎች ባግባቡ መረዳት የዘመኑን የማንነቶች ልዩነቶችና ውስብስብነቶች ለመረዳት መሰረት ሆኖ ያገለግላል።

የራስን ማወቅ፤የክህሎት ፖለቲካና ቅኝ አገዛዝ፦

የጸረ ቅኝ ግዛት ንቅናቄዎች፤የማህበረሰብ የነጻነት ንቅናቄዎች፤የጸረ እጅ አዙር ንቅናቄዎች ገጸ ብዙና የተሳሰሩ ናቸው። ባብዛኛው ቅኝ ገዢዎች የራሳቸውን የባህል ዘዬዎችና መረዳቶቻን ባስገዳጅነት በመጫን ያካባቢን ነባር እውቀት፤ አስራርና ስርአት ዋጋ ያሳጣሉ። ይህም በቅኝ የተያዙ ማህበረስባትን በራስ መተማመንና ለራሳቸው ያላቸውን ግምት በማሳነስ የስነእውቀት ድፍረትና አመጽ (intellectual violence) በማሳደር የእውቀት ክህሎታቸውን እንዲጠራጠሩት አድርጓቸዋል።

ቅኝ ገዢዎች የማወቅ ክህሎትን በዘር መደብ በማደላደል እራሳቸውን ከላኛው ቋንጫ በማኖር ቅኝ ተገዢዎች የበታቸና ክህሎት የለሾች እንደሆኑ በማስመሰል ለማህበረሰባቸው ውክልና እንዳይኖራቸውና ክህሎታቸውንም ለማዳበር ተነሳሽነት እንዳይኖራቸው ማንነታቸውን አቀጭጭታል ወይንም ሞክሯል።

የቅኝ ግዛት ትምህርት ቅኝ ተገዢዎች የራሳቸው የሆነውን ሁሉ በመተው ወይም በመጣል የቅኝ ገዢዎቻን እይታ፤ እውነትና ባህል በቀጥታና በተዘዋዋሪ በማውረስ የገዢዎቻቸውን ማንነትና ስብእና የማላበስ ጥረት ነበር ነውም።

የጸረ ቅኝ ግዛትና የማህበራዊ ነጻነቶች እንቅስቃሴዎች ብዙ ጊዜ የትምህርትን አስቻይነት ባጽንኦት ያስገነዘባሉ ፤ትምህርትም ሄያሲ፤የራስን እድል በራስ የመወሰን አጽንኦት የስጠና ያካባቢውን ነባር ህዝቦች የማንነት መገለጫዎች ማእከል ያደረገ የእውቀትና ግንዛቤ እድገትን ማስቻል አለበት ይላሉ።

የጸረ ባርነት/ ቅኝ ግዛት አገዛዝና የማህበረሰቦች የነጻነት እንቅስቃሴዎች መሰረታዊው መንስኤና ምክንያት ይህንን በግድ በቀጥታና በተዘዋዋሪ የተጫነ የበታቻነት ትርከት በመቃወም የራስን እውነተኛ ማንነት የመመልስ ትግሎች ናቸው። እንዚህም ቀደምት ያካባቢና ነባር ቋንቋዎቻን ፤የስነትምህርትና እውቀት ጥናቶቻን ዳግም

በመርመር ዜጎችና ግለሰቦች እራሳቸውን ወደማወቅ መነቃቃትና የማህበርሰባቸው የእውቀትና የባህል ተጠሪነታቸውን እንዲያረጋግጡ ለማስቻል የተደረጉ ትግሎች ናቸው።

እነዚህ ንቅናቄዎች በንቃት ይህንኑ ዘረኛ የእውቀትና ክህሎት ብሎም የግንዛቤ መደላድል በሂስና ተቃውሞ በመሞገት የክህሎትና የእውቀት መደላድሎች በሁሉም የባህሎችና የቋንቋዎች ማህበረሰቦች ያለ ልዩነት በኩልነት ያለ መድሎ ያልተካተቱ ዕድሎች መሆናቸውን የማሳየት የተዋጣለት ትግል አካሂደዋል እያካሄዱም ነው።

ዓለምአቀፋዊነትና አውሮፓዊ እይታ (Globalization and Eurocentric perspective) ለማንነት ፖለቲካና ላሰነሰሱት ውዝግቦች አይነተኛ አስተዋጽኦ እንዳለው በቂ ስምምነት አለ።

ዓለምአቀፋዊነት በነበረውና ባለው ይዘት የምዕራባወያኑን እሴቶችና አሰራሮች በማስፋፋት ሌሎች የያካባቢው ዘረፈ ብዙ ማንነቶችንና የባህል እሴቶችን እያጠብ በራሱ አሀዳዊ አውሮፓዊ ሁለንተናዊነት ተተክቷል። እንዚህም ማንነትን በዓለምአቀፋዊነት ውስጥ የመወከል እጦቶች የቅሬታና የነውጠኝነት ስሜትን በመቆስቆስ ለምናያቸው የማንነት ውዝግቦች እንደ ነዳጅ አገልገለዋል እያገለገሉም ነው የሚሉ ብዙ ናቸው።

ዓለላቀፋዊነት በሀገራት ደረጃ ባላቸውና በሌላቸው የነበረውን ልዩነት በማሳደ የደህ ሀገሮች የመገለልና የመበዝበዝ ስሜት እንዲያድርባቸውና ለኩልነት፤ ለነጻነትና ፍትሀዊ የሀብተ ክፍፍል ትግል እንዲነሳሱ አድረጓቸዋል። ይህም በራሱ የተለያየ ማንነተ ባላቸው ማህበረሰቦች መሀል የልዩነቶች መካረር እነደፈጠረ ይታሰባል።

የአውሮፓን ባህልና ዕምነት ማእከል ያደረገው ዓለማቀፋዊነት አውሮጳዊው ትርክትና የዕይታ ማእዘን አድጊዊ ልዩ ግምትንና ዋጋ በመስጠት የሌሎች ህዝቦችን አስተዋጽኦ፤ ባህልና ትርክት ስለሚያኮስ፤ የኮሰስ ማንነታቸውን ፤ ባህላቸውን፤ አስተዋጽኦቸውንና ትርከታቸውን ከምእራባውያኑ ለማሰመለስ ማንነትን መሰረት ያደረጉ ትግሉችን አድርገዋል እያደረጉም አሉ። ያውርጻዊያኑ የባህል፤ የእምነት፤ የእሴትና ርዕዮት ሁሉአቀፍነት ግምት (assumption of univesality) በተለይም እንደ ዲሞክራሲና ገደብ የለሽ ግለኝነት ያሉት የብዙ ሌሎች ህዝቦችን የባህላዊ አግባብነት ፍላጎቶችን ከግምት የማስገባት ፍቃደኝነቱና ግንዛቤው ይነድላቸዋል። ስለሆነም ብዙዎች ተምሳሌቶቻቸውንና ተመሳሌትነታቸውን ጮምር ላለመቀበል እንቢትኝነት ውስጥ ገብተዋል ይገባሉም። አልፈተርፎም ብዙ ያውርፓውያን የቅኝ ግዛት ዘመን ትቷቸው የለፈው

የመበዝበዝ ፤ ግፎችና በደሎች በቅጥ ያልሻሩ ጠባሳዎች መናራቸው ለተካሄዱትና ለሚካሄዱት የማንነቶች ውዝግቦች ነዳጅ ሆነው እያገለገሉ መሆናቸው እንዳለ ሆኖ የዚህን ክስተት ውስብስብንትን ከግምት የማሰገባት አግባብ ነት ተገቢ ነው። ይብዛም ይነስ ሁሉ ነገር ቢያነስ ሁለት ገጽ አለውና ዓለምአቀፋዊነትም ከዘረዘርኳቸው ገጽታዎች ሌላ መታወቂያዎችና ገጽታዎች እንደሌሉት አድርጎ ማልፉ ምናልባትም ፍትሀዊነት ስለማይሆን ለቄሳርም የቄሳርን እንዲሉ በጥቂቱ፦-

ዓለምአቀፋዊነት በርቀት ያሉ ልዩ ልዩ ማህበረሰቦችና ግለሰቦች የባህልና ዕውቀት ልውውጦችን ለማድረግ አስችሏል ረድቷልም። በዓለም ዙሪያ የተበተኑ የተገለሉ ማህበረሰቦችን አማራጭ እይታና ተቃውሞን በቀላሉ ማሰራጫት በማስቻል ዓለምአቀፋዊ መተባበርን አስችሏል። የግለሰብ ፈጠራዎችና የስነጥባብ ውጤቶች በካባቢ ሳይወሰኑ ዓለላቀፋዊ እውቅና፤ ዓለላቀፋዊ ገበያና ዝና አስገኝቷል። ወዘተርፈ•

ውክልና

የታላቁ ሌኒን የልሂቅ በራስ ምርጫና በጎ ፍቃድ የጭቁን ሕዝቦች ወኪልነትና ዛሬም ልሂቁን ያልተላቀቀው ልክፍት፤

የኢትዮጲያ ተማሪዎች ንቅናቄ ብሎም ልሂቁ በግራክንፍ ርዕዮት ዓለም ከጅምሩ መጠመዱ ወይንም መለከፉ የጮፍን ስሜታዊነት ወይንም አላዋቂነት ብሎም በደመነፍስ የጊዜውን አሁንተኛነት (fad) መከተል ያስከተለው ጊዜ ተሻጋሪ መዘዝ ሳይሆን አማራጭ የለሽና ጊዜ ወለድ የታክቲክና የስትራቴጂ አቋም ነበር።

ከታላቁ የዓልም 2ኛው ጦርነት ማግስት ዓለም በሁለት ካምፕ ተከፍላ በብዙ ያካባቢና ዓልማቀፍ ክስተቶች ላይ በግልጽና በተዘዋዋሪ ጥቁርና ነጭ የሆኑና ፍጹም የማይመሳሰሉና የማይገናኙ አቋሞች የተያዘበት፤ የዓልም ሕዝብም በሰሜኖዎች ቅኝ ገዢዎችና በደቡቦዎች ቅኝ ተገዢዎች የተከፋፈሉበት ዘመን ከመሆኑም ባሻገር በሁለቱ ሕዝቦች መካከል የከረረ የነጻ መውጣትና ያለማስወጣት ትግል የተጧጧፈበትም ወቅት ነበር።

ዛሬ የዲሞክራሲና የነጻነት ነጻብራቆችና የዲሞክራሲ የዓልም ተምሳሌቶች ነን ባዮቹ የሰሜን ሀገራት አብዛኞቹ ቅኝ ገዢዎች ነበሩ ፤ ያልሆኑትም በግልጽና በተዘዋዋሪ አጋርነታቸውና ውግንናቸው ከቅኝ ገዢዎቹ ጋር እንደነበር የትላንት ትውስታችን ነውና ብዙ ማለት ጉንጭልፋ ነው። ደቡባውያኑ በወቅቱ በነበበሩበት የነጻነት ወይም ሞት ትግላቸው ከጎናቸው ቆም አለኝታነቱን ያለቅድመ ሁኔታና ያለሥሥት የለገሳቸው ኀላ ላይ የዲክታተርሺፕና የመደብ

ጭቆናው አጸያፊ መገለጫ የሆነው የጊዜው የግራው ርዕዮት አቀንቃኝ የነበረው ሌላኛው ካምፕ ነበር።

በግዜውም የግራውን ርዕዮትና የረጅም ጊዜ እንድምታውን የተጸየፉትና የምዕራቡንም የቅኝ ገዢዎች ውግንና የጠሉት የኢትዮጵያ መሪዎች የጠላቴ ወዳጅ ጠላቴ ነው፤ የኔም ወዳጅ ያልሆነ የጠላቴ ወዳጅ ነው የሚለውን ብሂልና የሚኖረውንም ሀገራዊና ዓለም አቀፋዊ እንደምታ በመገንዘባቸው ከሌሎች እንደነርሱ ግራ ከተጋቡና ርዕዮተ ዓለማዊና ስትራቴጂካዊ ውግንናቸው ወደሰሜኑ፤ ታክቲካዊና ጊዜያዊ የተግባር ውግንናቸው ከደቡብ የነጸነት ታጋዮች ጋር ከሆኑ ሌሎች የዓለም ሀገራት ጋር በትብብር (ያልተቧደኑ) የነጻ ሀገራት ንቅናቄን (nonaligned movement) መስረተው ህሊናቸውን ከጸጸትና ጥፋተኝነት ታግደዋል ።

መላው የአፍሪካ ፤የላቲን አሜርካና የደቡ ኤስያ ሀገራት ካውሮፓ ሀገራት ቅኝ ግዛት ነጻ ለመውጣት በሚያደርጉት የነጸነት ትግል የኢትዮጵያ ተማሪዎችና ልሂቃን ዳር ቆመው ተመልካችነት ወይንም የሰሜነኛው አጋርነትን በፍጹም እንደ አማራጭ ሊያስተናግዱት አይቻላቸውም ነበርና ከግራው ጎን ቆመው መቆጠር በጊዜው አሁንተኝነት (fad) መጠመድ ሳዕሆን በጊዜው ነባራዊ ዕውነት ግዴታቸው ነበር።

ቅኝ ግዛት ያውሮፓ ሰፊ ሕዝብ ውክልና ያልሰጣቸው የፖለቲካ፣ የኢኮኖሚና የወታደራዊ ልሂቃን ኅልም፣ ቅዠትና ተግባር እንደመሆኑ የጸረ ቅኝግዛት ትግሉም ባንጻሩ ቅኝ ተገዢው ሕብረተሰብ ሕጋዊ ውክልና ያልሰጣቸው የተገዢው ሕብረተሰብ ልሂቃን በዋናነት ቅኝ ገዢዎችን የመተካት ትግል እንጂ ሕብረተሰቡን ነጻ የማውጣት ትግል እንዳልነበረ ድህረ ነጻነት የተከሰቱት አጠቃላይና(without exception) ተግባሮች ምስክሮች ይሆናሉ ብል ከዕውነቱ በጅጉ የራቅሁ ሆና አይሰማኝም።

ያልተወከሉ ወኪሎች ያወረሱን አንዱ ቅኝ ገዢነትና ቅኝ ተገዢነት ሲሆን ሁለተኛው ሌኒንና የካርል ማርክስን የላብ አደር / ወዝ አደር መኖር ለሶሻሊስት ሕብረትሰብ ግንባታ ቅድመሁኔታን (ለመዝለል) ለመራመድ(bipass) እንዲያስችል ያራመደው የነቃ የልሂቅ ንኡስ ከበርቴ በምትክነት (በውክልና) የመምራትና መመራት የመርህ ህጋዊነትን ያላበሰው ማእቀፍ እነሆ እስከዛሬ ያለምርጫና ምንም ስነስርአተ-ኝነት (formality) የእንወክለዋለንና የእንወክልሀለንን ባህልና ልምድ ፤ ዛሬም ያልተወንን ምናልባትም እስከወዲያኛው የማይፋታንን የኢፐርጀኔቲክ ቅንብራችንን የቀየረ ክስተት ሆና የሚመዘገቡ ተጽእኖዎች ለመሆናቸው እስከዛሬም የድንገ ነጻነትና ድንገ ቀዝቃዛው

ጦርነት በዘወትርና በየታሪኮቻችን ምዕራፎች በሰፈው የምንተርካቸው ገድሎቻችን ናቸው።

በማንኛውም መለኪያ ዛሬ በኢትዮጵያ ያሉ ማህበረሰቦች ቡድኖችም ሆኑ ሌላ የሰዎች ስብስቦች በማንኛውም መልኩ እከሌ ወይንም እነከሌ ይወክሉን ወይንም ይወክሉናል ብሎ በማንኛውም ህጋዊም ሆነ ባህላዊ አግባብ ፈርማሊቲውን ባማከለ ድባብና መድረክ ይሁንታውን ያልሰጣቸውና ያላገኙ የንኡስ ከበርቴ ምሁራን ስብስብ የዚህና የዚያ ስብስብ ወኪሎች እኛ ነን ወከባ እነሆ ዛሬም ከዛው የተጋቦት በሽታ ላለመፈወሳችን አይነተኛው አመላካች ምስክር ይመስሉኛል። ምናልባትም ከዚህ አዙሪት ለመፈወስ የውክልናን መርህና አተገባበር በጠንከረ መሰረት ላይ ማኖር አማራጭ የሌለው የውዴታ ግዴታ ነው።

ውክልና የህግ ማእቀፍ አለው የህግ ማእቀፍም ሚሚላት ያለበት ሥነ ስርአቶች (formalities) ቅደም ተከተሎች አሉትና ለወካይም ሆነ ለተወካይ ባንድም ይሁን ከዛበለይ ጉድለቶችና ግድፈቶች ያሉበትን የወካይ ተወካይ ጫጫታዎች ከጫጫታ የከበደ ቦታ ላለመስጠት ዜጎች በተጸፈም ሆነ ባልተጸፈ የመናበብ የማይጣስ ስምምነትና መግባባት ላይ ሊደረሱ ይገባል።

ውክልናዎች ባይነትና ይዘት በዛ ያሉ ቢሆኑም በመሰረቱ በወኪይና ተወካይ መካከል በቀጥታና በተዘዋዋሪ ፤ በግልጽና በውስጥ ታዋቂነት ተነግረውና ሳይነገሩ የሚገቡ ህጋዊ ተፈጻሚነት ያላቸውና ህጋዊ ተፈጻሚነት የሌላቸው ወኪይ ለተወካይ እነዲትገበሩለት የሚሰጣቸው ፈቃደኝነትና ተወካይ ከወኪይ የሚወስዳቸው የመተግበር የውዴታ ስምምነቶች ናቸው።

በጽሁፍና ምስክሮች ያለተደገፉ ስምምነቶች በወኪይ ተወካይ መግባባት ከፍርድ ቤት በመለስ ተግባራዊ ቢደረጉም ፍርድ ቤት ቀርበው ዕውቅና ማገኘትና ለፍርድ ቤት ሂደቶች ማስፈጸሚነት አይውሉም፤ አያገለግሉም።

የውክልናን ህጋዊ ተፈጻሚነት ለማረጋገጥ ወኪይ ለተወካይ ተወካይም ከወኪይ በጽሁፍ የተዘጋጀና ምስክሮች ያሉት ሰነድ ማቀረብ ይጠበቅበታል።

ውክልና ዘርፈብዙ የማህበረሰባዊ ግንኙነቶችን የሚያጠቃልል የስምመነት አይነት ቢሆንም እንደየዘርፉ ለየት ያሉና ዘርፈተኮረ ልዩነቶች አሏቸው።

ምያዊ ውክለና ምሳሌ ሐኪም ለታካሚና ታካሚ ለሀኪም፤ መሀንዲስ ለደንበኛና ደምበኛ ለመሀንዲስ፤ ጠበቃ ለደንበኛና ደምበኛ ለጠበቃ፤ የሂሳብ ሰራተኛ ለደንበኛና ደምበኛ ለሂሳብ ሰራተኛ እንዲሁም ፖለቲከኛ

ለወከለው ማህበረሰብና ተወካይ ማህበረሰብ ለወካይ ፖለቲከኛ የሚሰጡና የሚወስዱ ይሁንታዎችና ግዴታዎች ናቸው።

ወኪል ይሁንታወን ተወካይም ግዴታዎቹን ለመቀበሉ ማሳወቂያ ስነስርአታዊና ህጋዊ መሟላት ያለባቸው መስፈርቶች ሲኖሩት የውክልናውም ይዘትና ውሱንነት እንዲታወቁ በማያሻግ መንገድ የተዘረዘሩ ይሆናሉ። ተወካይ ለወካይ ያሉት ግዳጆች ባብዛኛው ቁሳዊና ተወካይ የተወከለበትን ጉዳይ በማስፈጸም የገጠሙተን ወጪዎችና ለልፋቱና ሞያው በቅድመ ስምምነት የሚወሰን ጥቅል ወይም ወርሀዊ ክፍያዎችን መፈጸምን ሲያጠቃልል፤ በተወካይ በኩል ሞያዊ የብቃት ግዴታ፤ የሞያው የስነስርአትና ስነምግባር ግዴታዎችን አክብሮ መገኘት፤የወካይ ተወካይ ግንኙነትን ሚስጥራዊነት መጠበቅ፤ ተወካይ ሁለት የጥቅም ተጻራሪ የሆኑ አካላትን ባንድነት አለመወከል፤ ለተወካይ ስለተወከለበት ጉዳይ ሂደትና በወቅቱ እውነቱን ያለመሸፋፈን ማሳወቅና ያልተገደበ ሞያዊ ምክር መለገስ የመሳሰሉት ሲሆኑ የመጨረሻውን ውሳኔ ሰጪ ምንጊዜም ቢሆን ወካይና ወካይ ብቻ ነው።

የፖለቲካና የነጻነት የዕድገት መለኪያ አግባባዊና ተመጣጣኝ ውክልናን የማግኘትና የወካዮችንም አግባባዊ የተጠያቂነት ግምትና ቦታ ነው ማለት ይቻላል።

በባሪያው ስርአት ባሪያው ከሰው ስብዕና ያነሰ ህልውና ሰለነበረው ለራሱም ጭምር ውክለና አልነበረውም ምናልባትም ለጥፋትና ልግጋቱም ተጠያቂው ባለቤቱ እንጂ እርሱ አልነበረም።

በቅኝ ግዛት ከላይ በመርህ የተጠቀሱትን መስፈርቶች በተጻረረና መርሆጄን በጭንቅላታቸው ያቆመ በሚመስል አይነት ተተግበሯል። ውግንናቸውንና ታማኝነታቸውን ለቅኝ ገዢው ማህበረሰብ ያረጋገጡ የቅኝ ተገዢው ማህበረሰብ አባላት እንዲሁም የራሱ የቅኝ ገዢው አባላት የቅኝ ገዢው መንግስትና ስርአት ወኪል በመሆን ከገዢው ስርአት የሚተላለፉ ደንቦችንና ህግጋት፤ ትእዛዞችና ገዴታዎችን ለተገዢው ማህበረሰብ በማስተላለፍና በማስፈጸም አገልግለዋል።

እዚህ ጋ ምናልባት ከፕሮፌሰር ባህሩ ዘውዴ የለውጥ ፈር ቀዳጆች መጥቀስ ከላይ ለተዘረዘሩት ንድፈ ሀሳቦች አግባባዊነቱና ተምሳሌያዊ ገላጭነቱ ጉልህ ሰለሆን ልጥቀስ፦

"ነጋድራስ አፈወርቅ ገብረየሱስ ዘጌ ተወልደው ዶራ ኪዳነምህረት ባአያታቸው በታዋቂው መምህር ድንቄ አስተማሪነትና አሳዳጊነት ተኮትኩተው አድገው ለቴጌ ጣይቱ በነበራቸው ዝምድና አማካይ ያጼ ምነይልክ ቤት መንግስት ባለሟል መሆን ቻሉ። በቤተ

መንግስት ሳሉም የጣሊያን መንግስት መልክተኛ ከነበረው ካውንት ፔትሮ አንቶኔሊ መተዋወቅና ጓደኝነት መመስረት ቻሉ ። አንቶኔሊ አፈወርቅ የነበራቸውን ልዩ የስነ ስዕል ችሎታ ተመልከቶ ወደ ጣሊያን ሀገር ወስዶ ስነ ስዕል ትምህረታቸውን ማበልጸግ እንዲችሉ አጼ ምኒልክን አስፈቅዶ ቱሪን በሚገኘው ዓለማቀፋዊ የስነ ስዕል ማሰልጠኛ በአልበርቲና ኢንስቲቱት እንዲከታተሉ አደረገ። በራስ መኮንን የተመራውና አወዛጋቢውን የውጫሌ ውልና ሌሎችንም ውሎች ለመነጋገር ወደ ጣሊያን የሄደው ቡድን አስተርጓሚ በመሆን አገልግለዋል ። ይሁንና ሆን ብለውም ይሁን በግዴለሽነት ውሎ ለጣሊያን ያደላና እንዲያውም የጣሊያንን የበላይነት የሚያረግግጥ እንደነበር ግን በወቅቱም ይሁን በኋላ ሳያስገነዝቡና ሳይጠቁሙ አለፈውታል። አፈወርቅ ገብረየሱስ ለስምምነቱ ወደ ጣሊያን ከሄደው ለዉክ ጋር ተመልሰው ከመጡ በኋላ የጣሊያኑ መልክተኛ ለነበረው ለየዎፖልዶ ትራቨየርሲ አስተርጓሚ ሆነው በውጫሌው ውል የተነሳ አስቸጋሪና አወዛጋቢ በነበረው የኢትዮ ጣሊያን ግንኙነት ወቅት ሲያገለግሉ

ለጣሊያኖች የነበራቸውን ልብ ያወቁትን
የእቴጌ ጣይቱን ፍቅርና ቅርበት መግዛት
አልቻሉም ነበር። ሒላም አፈወርቅ ፥
ልጅ ጉግሳ ዳርጌና ልጅ ቅጣው ዛማኔል
ባአጼ ምኒልክ በጎ ፍቃድ ላልፍሬድ
ኢልግ ባደራ ወስዶ በስዊስርላንድ
በሚገኘው ኑቻቴል ዓምአቀፋዊ ኮሌጅ
እንዲያስተምራቸው ሲሰጡ እቴጌይቱ
ለጣሊያን በነበራቸው በጎ አመለካከት
ከልብ አጥብቀው ሰለሚጠሷቸው
ከርሳቸው ለግራቅ ሆን ተብሎ የተቀመረ
ውሳኔ ነበር። የቴጌ ጥላቻ በከንቱ
እንዳልነበር በማረጋገጥም አፈወረቅና
ሁለት ጓደኞቻቸው ባድዋው ጦረነት
መህል የስዊስርላንድና የጣሊያን ድንበርን
አቋርጠው እጃቸውን ለጣሊያን
በመስጠት በግልጽ ለጣሊያን መንግስት
ሊያገለግሉ ፈቃደኝነታቸውን በመስጠት
አረጋገጡ። ጣሊያኖችም እንዚያን
ትልቅ ሽልማቶች አድርገ ያዩቸውን
በተለይም ሁለቱን ልዑላን አብልጦም
ልጅ ዳረጌ ያጼ ምኒልክ ያጎት ልጅነት
ለዘውዱ በነበራቸው ቅርበት ለጣሊያኖች
ግብ ታላቅ የፕሮፓጋንዳ ግብዐት ሆነ
ስለታዩቸው ባፉጣኝ ወደ አስመራ
ብሎም ወደ ጦሩ ግንባር አቢአዲ
ተልከው በጦርነቱ የጣሊያን

ተልዕኳቸውን ተወጥተው ፤ ጣሊያኖቹ
ሲሸነፉ ጣሊያን ሀገር ተወስደው
እንዲቆዩ ተደረጉ፤ነጋድራስ አፈወርቅ
በጣሊያን ቆይታቸው ትልልቆች
የሚባሉትን እንደ ያማርኛ
ስዋሰው፤ዳግማዊ አጤ ምኒሊክ፤የጣሊያን
አማእኛ የንግግር ዘዬዎች፤ ቶፒያ
የተሰኘውን ልብወለድ፤ያማርኛ ግስና
መዝሙረ ዳዊትን ባዲስ ቅጽ
የመሳሰሉትን መጽፍሀፍት መጸፍ
ቻለዋል። ቆየት ብለውም ወደሀገራቸው
ቀረብ በማለት በኤርትራ አስመጪና
ላኪነት ንግድ አቋቁመው ሲነግዱ
ቆይተው ካጤ ምኒሊክ ሞተ ዕረፍት
በሒⁿላ ለዘውድ ወራሽነት በነበረው እሰጥ
አገባ ኃይለሥላሴን ደግፈው ባደረጉት
አስተዋጽኦ በአጤ ኃይለሥላሴ በጎ ፍቃድ
ወደ አዲስ አበባ ተመልሰው ለመጀመሪያ
ባሜሪካን ሀገር የኢትዮጵያ የንግድ
መልክተኛ ሆነው ተሾሙ። ቀጥለውም
ካሜሪካን መልስ የድሬዳዋ ነጋድራስ
ሆነው ተሾሙ ፤በመቀጠልም
ኢተዮጵያውያንንና የውጪ ዜጎችን
የሚዳኘው ልዩ ፍርድ ቤት ዳኛ በመሆን
ጤናን ምክንያት አድርገው በፍቃዳቸው
እሰከለቀቁበት አገልገለው በጣሊያንና
ኢተዮጲያ መሀከል ከወለወሉ ጦርነት

በማስቀጠል በነበረው አወዛጋቢ ወቅት
ስለጣሊያን ሀገር፤ ህዝብ፤ ቋንቋና ባህል
የተሻለ ዕውቀትና ችሎታ ስለነበራቸው
የኢተዮጲያን ጉዳይ ፈጻሚ በጣሊያን
ሀገር ተደረገው ተሾሙ። "ያደቀን ሰይጣን
ሳያቀስ አይለቅም " እንዲሉ በሁለተኛው
የጣሊያን ኢተዮጲያ ጦረነት ኢትዮጲያ
ወኪሌ ብትላቸውም ዕውነተኛ
ተግባራቸው ግን በልጅነታቸው
ከለከፉቸው አፍቅሮተ ጣሊያን ደዌ
አለመላቀቃቸውን ያስመሰከረ ነበር። "
ምናልባትም ስለ ጣሊያኖች የጦር
ዝግጀት እቅድና ፍላጎት
የኢተዮጲያውያን የግንዛቤ እጠረት
፥የዘግጀት አለማድረግና የጦርነቱንም
አይቀሬነት አለመረዳት ብሎም በጦርነቱ
ሸንፈት ከራያዎች ያምስተኛ ረድፈኝነት
ያላነሰ አስተዋጽኦ የነበረው ለተንሾዋረረ
ውክልናና ወገንተኝነታቸው ዓይነተኛ
ተምሳሌት ነበር ቢባል ከዕወነቱ ብዙ
የራቀ አይሆንም። እንዲያውም እንደ
የጣሊያን መንግስት የቅኝ ግዛቶች
ምክትል ጸሐፈ የነበረው አሌክሳንድሮ
ሌሳና ምስክርነት " አፈወርቀ የጣሊያን
ቅኝ ግዛት ለኢትዮጲያ ብዙ መልካም
ነገሮችን ሊያመጣላት እንደሚችል ጽኑ
ዕምነት ላይ ደርሷል ።በንዋይ ለመገዛት

ተጋላጭ ነው ቢሉም እኛ
አልገዛነውም፡፡ በኛ የማረጋጋት መርህ
ያምናል ከሁሉም በላይ በኛ አይነት
ስልጣኔ ያምናል፤እንደሱ እምነት ጣሊያን
ሀገሩን ከጥፋት ልትታደጋት ትችላለች
፡፡ [5]"

"ነጋድራስ ገብረህይወት ባይከዳኝ በትግራይ ማይ ሜሻም መንደር አድዋ ተወልደው አባታቸው ከዓጼ ዮሀንስ ጎን ተሰልፈው በድርቡሽ ጦርነት ሲሞቱ ከጥቂት ጓደኞቻቸው ጋር በመሆን በሰባት ዓመታቸው ወደ ኢርትሪያ ተወሰደው በምጽዋ ግዛት ይገኝ በነበረ በስዊዲሽ ሚሲዮን ትምህርት ቤት ተመዘገቡ፡፡ አንድ ቀንም ከጓደኞቻቸው ጋር ወደቡን ሲጎበኙ ባዩት የጀርመን መርከብ ኮብልለው አውስትሪያ ለሚኖሩ ቤተሰቦች በአሳዳጊነት ተሰጥተው በግደግ ጀርመንኛን ተምረው በበርሊን ዩኒቨርሲቲ ህክምናን አጥንተዋል፡፡ ወደ ሀገራቸው ተመልሰዉም በሰባት ወራት አማርኛን ተምረው ስመጥር የአማርኛ ስነጽሁፍ ሊቅ መሆን ችለዋል፡፡ቀጥለውም የታዋቂው ያጼ ምኔልክ ሐኪም የነበረው የጀርመኑ ሐኪም ስታይንኩለር ረዳት ሆነው ቢያገለግሉም እቴጌይቱ ባደረባቸው የታማኝነት ጥርጣሬ ከቤተ መንግስት ተወግደው ወደ ሱዳን ሀገር ተሰደው ነበር፡፡ ታዲያ በድገታቸው፤ በትምህርታቸውና ባናፋራቸው ሳቢያ በውስጠ ሐሊናቸው፤ የባህል፤ የርዕዮት፤ የዕምነትና

ውክልና ማንነታቸው ላይ ያደረሰው እጥበት የቆዳቸውን ቀለም ማንጸት ካለመቻሉ በስተቀር ከማንነታቸው ፍጹም የራቁ ፈረንጅ እንዳደረጋቸው አሳይ ምሰክር የሚሆን ጽሁፋቸውን ለመጥቀስ "በዙሪያችን ያሉትን አገሮች ብንመለከት አዕምሮ ያለቸው ሕዘቦች በብዙ ትጋት ሲያሰለጥኗቸው እናያለን። ይልቁንም በድርቡሾች ጠፍቶ የነበረውን የሱዳንን መሬት ብናይ እንግሊዞችን የሚመስል ያእምሮ ሕዝብ ሲገዛው ምድረ በዳም ቢሆን የደስታ ገነት እንደሚሆን ይመስክርልናል። በዙሪያችን ቅኞችን ኮሎኒዎችን ይዘው ያሉ ሕዝቦችም ያአዕምራቸው ሓይል እንቅፋትን ሁሉ እያሸነፈ ወደ ፌት ይገፋል መሬት ጠቦታልና። አእምሮም በአዕምሮ ካልሆነ በቀር በሌላ አትታገድም። ወዮለት በድንቁርው ለሚቀጥል ሕዝብ ውሎ አድር ይደመሰሳልና ̈ ̈ ̈። ያብርሆት፥ የእድገት፥ የዕውቀት፥ የስህተትና ትክክለኛነት ማያ መነጽራቸውና መለኪያ ሚዛናቸው ፈጹም አውሮፓዊና አውሮፓዊ ርዕአትን ማእከል ያደረገ ንቅል ኢትዮጲያዊ ለመሆናቸው ከዚህ የላቀ ሌላ ምስክርነት አያሻውም። በቅኝ ግዛቱ ሰርዓት ተገገረው ግዴታ እንጂ ይሁነታ የሌለው ሲሆን ገገረውም ባንጻሩ ይሁንታ እንጂ ግዴታ አልነበረበትም። ከገገረው የሚጠበቅበት ከፍተኛው ድረጊት ሓዘኔታ ሲሆን ከተገገረው አቤቱታ ብቻ ነበር።

የጻረ ቅኝ ግዛት እንቅስቃሴውና ንቅናቄው ዋናና መሰረታዊ ጥያቄዎቹ እራስን በራስ ማስተዳደር፤ ተነፍጎ የነበረን የቅኝ ተገዢውን ማህበረሰብ ለፖለቲካ ወኪሎቹ ይሁንታን ማሰጠት፤የተገዢውን ማህበረሰብ የባህል የስነ እውቀትና ያረዳድ ርእዮት ተጠሪነት ለህብረተሰቡ ማስመለስ የሚሉ መርሆች ቢሆኑም ፤ የቅኝ ገዢዎቹ መሰሪ ሴራ ግን እንቅስቃሴውን ሊመሩትም ሆነ የፍልስፍና ርእዮት ሊሰጡት የሚችሉት ከተገዢው ማህበረሰብ የተውጣጡ በቅኝገዢው የትምህረትና ባህል ማእከላት ትምህርታቸውን በመከታተል ከቀለማቸውና የዘረመል ማንነታቸው ባሻገር ቢያንስ እነሱን የመሰሉ ወይንም ፍጹም እነሱን የሆኑ እንዲሆኑ አድርጎ ነበር። የእነዚህም   መሪዎች ትግል አውቀውት አማራጭ በማጣትም ይሁን ሳያውቁት ትግላቸውና ጥረታቸው ውክልናውን ያጣው ማህበረሰብ ውክልናውን ለሚመስሉትና ርእዮቱን፤ እምነቱን፤ አንዳንዴ ቋንቋውንም ለሚጋሩት ማስመለስ መሆኑ ቀርቶ ቅኝ ገዢዎቹን ለመምሰልና እነሱን ለመተካት የመሰለና የሆነ ስለነበር ባብዛኛው በሚባል መሰፈርት በሙሉ ወይንም በከፊል ግቡን ያልመታ ሆኗል።እንዲያውም መንግስት የሚባለውም ተቋም ባጠቃላይ ርእዮቱ ፤ ቋንቋው ፡ ስነልቦናው፤ አሰራሩ፡ የሰራተኞች ማእረግና ተዋረድ ብሎም   ሕንጻዎቹ ሳይቀሩ ከቅኝገዢዎቹ ሲወረሱ

ምናልባትም ያይን፤ የቆዳና ጸጉር ቀለማቸው ለየት ያሉ
ሰዎች በየቢሮወቹና ወንበሮቹ መቀመጣቸው ነበር ከቅኝ
ግዛቱ ዘመን የሚለየው።

የኒሁ ቅኝ ገዢዎች ውርስ የሆነው መንግስት
የሚባለው ተቋም ሥልጣን ለያዘ አካል ሁሉ
በተፈጥሮውና አወቃቀሩ በቀላሉ የማይዘወር ሥሪት
ስላለው የያኖሩት ቅኝገዢዎች የጅአዙር መገልገያ በመሆን
ያለነሱም በጎ ፈቃድ ለነጻ አወጪዎቹ እንደልብ
የማይታዘዝ ከመሆንም አልፎ አዲሶቹን ነጻ አውጪዎች
እጅ መጠምዘዣ መሳሪያ በመሆን ጭምር የድህረ ቅኝ
ግዛት የጅ አዙር ቅኝ መሳሪያ በመሆን አገልግሏል።

እያአነዳንዱ በቅኝ ግዛት ዘመን የነበረ የመንግስትና
የግል ተቋም ስሪቱም፣ ቋንቋውም ሆነ ቅኝቱ በቅኝ
ገዢዎቹ ለቅኝ ገዢዎቹና የቅኝ ገዢዎቹ ስለነበር ከቅኝ
ግዛት ነጻነት በሒላ የተካሄዱት መፈንቅለ መንግስታትና
ያለቁት የህዝብ ይሁንታን አገኘተው የቀደምት
ገገሮቻቸው በጎ ፍቃድ ስለተነሳቸው የመሪዎች ቁጥር
ከምስክርነት የበለጠ የሚያስረዳው አያሌ የውክልናና
የታማኝነት ታሪክ አለው።

አልፎ ተርፎም ቅኝ ያልተገዙት ጭምር በዘመናዊነት
ስምና ዘመናዊ ስርአትን ለማህበረሳባቸው ለማዳረስ
በጊዜውና እስካሁንም ከዓለም በዘረፈው የሰው
ሀይል፣ጥሬ ሀብት፣ ዕውቀትና ወታደራዊ አቅም

የዘመናዊነት መለኪያና መመዘኛ የሆነውንና ሆኖ የቆየውን አካል ርዕአት፤ የትምህርት ስርአት ካርኩለም ፤ የመንግስትና የግል ተቋማት ውቅሮችን ሳይቀር በመውረስ ወይም በግደነ በግሳደግ እንደ ቅኝ ተገዚውም ባይሆን የራሱን ንቅለ ትውለድ ለማፍራቱ በሚያሳየው የባህል፤ የዕምነትና የቋንቋ ታማኝነትና ውክልና ግልጽ ያረገዋል። ይህም የድህረ ቅኝ ግዛትን የጆ አዙር ቅኝ ተገግርነትን ከነግዛነግሉ መላውን ደቡብ የሚባለውን ንፍቀዓለም እዲያዳርሰው አድርጎል።

የዚህን ወረርሺኝ የወደፈት ጠንቅ አስቀድመው የተረዱት የጃፓን መሪዎች ምንም እንኳን እንደሌሎቹ ሀገሮች ሁሉ የቴክኖሎጂ የሒላቀርንት እንዳለባቸው ተገንዝበው የቴክኒክ ዕውቀቶችን ዜጎቻቸው ከምዕራቡ ዓለም መማርና መጠቀም እንዳለባቸው አውቀው የባህል፤ የቋንቋ ፤ የርዕዮትና የዕምነት ብርዛትና ፍልሰት እንዳያጠቃቸው የወሰዱት ጥንቃቄ ፤ለትምህርት ወደ ምዕራቡ ዓለም የሚልኳቸውን ተማሪዎች የቴክኒክ ሙያ ብቻ አጥንተው እንዲመለሱ ማድረግ ነበር። ባንጻሩ አብዛኞቹ ኢትዮጲያ ወደ ምዕራቡ ዓለም ትልካቸው የነበሩት የሶሻል ይንስ ተማሪዎች ከመሆናቸውም ባሻገር ምን መማር እንዳለባቸውና እንደሌለባቸው ቅድመ ጥናትና ውሳኔ ያልተደረገባቸውና የፈረንጅ የሆነውን ሁሉ እንደ አስፈላጊና ጥሩ የቆጠረ ነበር። በመሆኑም አስሱንም

ገሰሱን ከፈረንጅ ተምረው የሚመጡቱ ከህብረተሰባቸው መደባለቅ እያቃታቸው ውሓ ላይ እንደተጨመረ ዘይት ተንሳፈፈ የመሆን ዕጣፈንታ እነደገጠማቸውና ስልጠናቸውም በጥናትና ቅድመ ዝግጅት ላገራቸው የሚኖረው ፋይዳ ታውቆ ካልተተገበረ ውጤቱ የፈንጅ አገልጋይ ጥቁር ፈረንጆችን ማፍራት መሆኑን አመልካች ከነበሩ ዓይነተኛ ምሳሌዎች ፡–"በ1924 ዓዕምር በሚሶኝ ሳምንታዊ ጋዜጣ አንድ ጸሀፊ ቤተሰባቸውን ለብዙ ወጪና ችግር ዳርገው ውጪ ሀገር ኼደው ተምረው የሚመጡ ከተራ አስተርንሚነት የበለጠ ከህሎት ይዘው አልመጡም በማለት ከሚሽሟጠጡም በላይ ይህ ከህሎታቸው ኢትዮጲያ በቅኝ ገዢዎች ሰር ስትወድቅ ጥቅም ላይ ከመዋል ባሻገር ፋይደው ባዶ ነው ። [5]"

ምንም እንኳን በጸረ ቅኝ ግዛት ንቅናቄው ዘመንና ድህረ ቅኝ ግዛት ዘመናት ቀዝቃዛው ጦርነት እሰካበቃበት የነበረው ዓለም በሁለት ዋና ተጻራሪ በሚመስሉ የርእዮት ካምፖች ተከፍላ ብትቆይም እውነተኛውን የፖለቲካ ውክልና በተመለከተ ለራሱና ለዓለም እውነተኛ ለሆነና እራሱንም ሆነ ሌላውን ዓለም በፖለቲካ ትከከለኛነት ማስመስያ መሸፋፈን ለማይሻ አንዱ ወርቀ ቅብ ሌላው ብር ቅብ ከመሆን የበለጠ እውነተኛ ማንነታቸው እየቀረዒቸው በመዘናቸው መጠን እንደ ሀልም አልጨበጠ

የሚሉና የማይተገበሩ ምናባዊ ንድፈሀሳቦች መሆናቸውን ያሳያሉ።

የግራው ፖለቲከኞች የፖለቲካን ውክለና በቅድመሁኔታ ለንኡስ ከበረቴው ቢያሰረከቡትም የቀኖቹ ፖለቲካ የራሱ የሆነ የንኡስ ከበረቴውን ክህሎትና ልምዶች ስለሚፈልግ ያለምንም ቅድመሁኔታና አመክንዮ (by dfault)ንኡስ ከበረቴው ነው።

የቅድመ ቅኝግዛት አስተዳደራዊ መዋቅሮች ባብዛኛውን ጊዜ "ዘመናዊው"ያስተዳደር፤የሂሳብ አያያ፤ የወታደራዊ አወቃቀር ፤የፍርድ ስርአትና የስነ እውቀትና የልቡና አወቃቀር አስፈላጊነት ስላልነበረው የነበረው የማህበረሰብ ያስተዳደር መዋቅር ውክልናው ላካባቢውና ባካባቢው ውሱን ከመሆኑም በላይ ታማኝነቱም በሁሉም መልኩ ብርዛተት ያልነካካው አካባቢ ወለድና ባህላዊ ነበር።

ቅኝ ግዛት ለዓለም ያበረከተው አንዱ ነገር በዓለም ያሉ ማህበረሰቦችን ማስተዋወቅ፤ረኹም የባህርና የየብስ ጉዞ ማድረግን ማስቻልና አዳዲስ የሳይነስና ቴክኖሎጂ ውጤቶችን የማስተዋወቅና አብሮም አዳዲስ እምነትና የዕይታ አስተምህሮቶችን ማስረጽን ያስከተለ ነበር። እነዚህንም አዳዲስ ክስተቶች መረዳትና ማስረዳት ፤መጠቀምና ማስተዳደር የሚችል የተማረ የማህበረሰብ ክፍል (ልሂቅ) ማቆጥቆጥ ጀመረ አብሮትም የግንዛቤ፤

የባህል፡ የቋንቋና የዕምነት ብርዛቱ አልፎም የታማኝነትና የውክልና በሁለትዮሽ መከፈልና ግራመጋባትን ክስተት አስከትሏል።

ይንንም አይነት ግራመጋባት አስከትሎ ካለፋቸው ወሳኝ ክስተቶች በቅጥ ለመረዳት አዶልፍ ፓርልሳክ ጽፎት በተጫነ ጀንበሬ መኮንን በተተረጎመው ያሀበሻ ጀብዱ በተሰኘው መጽሐፍ ከትቦ ያኖረውን ምናልባትም በኢትዮጲያ ህልውና የጸረ ቅኝ ግዛት ትግል ታሪክ፤ የመጀመሪያ የሽንፈት ነጥብ ያስቆጠረን ውሳኔ እንደሚከተለው ያኖረዋል "ወደ ወራዩ የጣሊያኖች የጦር ሰፈር ከመቀሌ በርካታ ታንኮች ፡ብረት ለበስ ተሽከርካሪዎች ምግብና ሌላ የጦር ቁሳቁሶችን የጫኑ የጭነት መኪናዎች ቀኑን ሙሉ ይንርፋሉ። ራስ ካሳ በጦርሜዳ መነጽራቸው የጣሊያኖችን የጦሪ ሰፈር ሲቃኙ ቆይተው "አይይ የፈረንጅ ነገር-----" አሉና በመቀጠል እነዚህ ጣሊያኖች ፈረንጅም አይደሉም መሰል ፡አሁን ማይሙት ፈረንጅ እንዲህ ዓይነት ነገር እንደ ሞኝ ይሰራል? አስተሳሰብም አልፈጠረባቸው ልበል?”አሉ። ቀጥለውም "አየህ ጌታው ልብ አድርግግ " አሉኝና በጣታቸው ወደ ወራዩ እያሳዩን "አሁን ወታደሮቼን ትዕዛዝ ብሰጣቸው ጀንበር ሳትጠልቅ በፊት ለወሬ ነጋሪ ሳያስተርፉ ይጨፈጭፏቸው ነበር " አሉኝ።

ይሁን እንጂ ራስ ካሳ ለወታደሮቻቸው ትዕዛዝ አልሰጡም። ይሄን አደረጉበት ምክንያት የንሁ ነገሥቱን ጥብቅ ትዕዛዝ ላለመጣስ ነበር። ንጉሁ ነገሥቱ ሐይለሥላሴ ለሁሉም የጦር አበጋዞቻቸው በሰጡት ጥብቅ ትዕዛዝ "ምን ጊዜም ቢሆን የኢትዮጲያ ሰራዊት ከመከላከል አልፎ ቀድሞ ጥቃት እንዳይሰነዝር ደጋግመው አስጠንቅቀዋል።

ንጉሁ ነገሥት ሐይለ ሥላሴ አሁንም የመንግሥታቱ ህብረት "የጣሊያን ወራሪን ሰራዊት ያቆምልናል " ብለው ያምናሉ። ንጉሁ ንገሥቱ ሐይለ ሥላሴ በዚህ ስህተት በተሞላበት እምነታቸው ከባድ ጥፋት ሰርተዋል ። የኢትዮጲያ ሰራዊተ ልክ እንደ ገናናው ምንይልክ ጊዜ የጣሊያንን ሰራዊት ልክ ሊያስገባው የሚችልበትን ብዙ ዕድል አሳጥተውታል።[6] "

ይህንን ጽሁፍ ያነበበ ማንኛውም ኢትዮጵ፡ኢያዊ ባጼ ኃይለ ሥላሴና በጸ ምኒልክ መሀል የነበረውንና በነ ራስ ካሳና በነ ራስ ጎበና ጃጮ የነበረውን ለዮነት ሳይወድ በግድ እንዲጠይቅ መገደዱ ሰው መሆንና የሰብዓዊ አእምሮ ባለቤተነት በቻ በቂ ነው። እነ ራስ ጎበና ራሳቸው፤ መሪየቸውና በፈረንጅ አገር የነበሯቸው ወኪሎች በፈረንጆቹ ርዕዮት ባህልና ቋንቋ ያልተበረዠዙና መሰረታቸው በፍጹም ኢትዮጲያዊ ማንነት ላይ የቆመ ነበር፡ ባንጻሩ እነ ራስ ካሳ ወኪላቸው ባፍቅሮተ ጣሊያን

ገና በልጅነቱ የተለከፈ መሪአቸው ቢያንስ በፈረንጅ ዘመናዊነትና ተአማኒነት ልባቸው የተጋለጠ እንደመሆኑ ቆይተው ቢገነዘቡተም ኢትዮጲያዊ መሰረታቸውን እየፈተነው እንደነበር ከላይ የተጠቀሰው አመልካቸቱ በቂ ይመስለኛል።

ባህላዊነትና ዘመናዊነት፤ አካባቢያዊነትና ዓለማቀፉዊነት፤ ልዩነትና ሁለንተናዊነት ባሰፈላጊነትና በግዴለሽነት፤በዕውቀትና ጥራዝነቅነት ፤በዘፈቀደና ታስቦበት የማህበረሰቦችን የማንነት መሰረቶች ሲንድና ሲሸረሸር የመቆየቱን ያህል አዳዲስ ውህድ ማንነቶችንም ማዋለዱ አሌ የማይባል እውነት ነው። ለምሳሌ አሜሪካዊ ማንነት አውሮፓዊ፣ላቲናዊ፣ ኤስያዊ፣አፍሪካዊና ነባር አሜሪካዊ ውህድ ማንነት ነው። ይህም ውህድ ማንነት እንደ ብዙ ኬሚካል ውህዶች አግባባዊ የመጠን፣ የይዘት ፣አስተዋጽአ ወይም ያልተጠቀሱ ሌሎች መመዘኛዎች ሚዛናዊ መሰፈርቶችን ያልተከተለ ውህድ በመሆኑ በውስጡ ብዙ ተጻረርቶች፣ፉክቻዎች፣ብሎም እውቅና ለማግኘትና ላለመስጠት የሚደረጉ ትግሎች ያሉበት ነው። ለዘህም አለመመጣጠን ምናልባትም ዋናውና ወሳኙ ተጠያቂ የስርአቱ ርእዮትና ስሪት አውሮፓዊና አውሮፓን ማእከል ማድረጉና ታማኝነቱም ውክልናውም ላውሮፓው ስልጣኔና ርእዮት መሆኑ ጭምር ነው። በተቃራኒው የበላይነቱንና ተጽና ፈጣሪ የሆነው ይህ

አወሮፓዊ እይታ ከቀዝቃዛው ጦርነት በኋላ የአሜሪካንን ብቸኛ ልእለሀያልነት ለተወሰነ ጊዜም ቢሆን መሰረት ሆኖ በማገልገሉ ሁለንተናዊውና ፍጹሙ እውነታዊ ርዕዮት(universal truth) ነውና ሁልሽም ልትቀበይው ግድ ነው የሚል የማንአህሉኝነት እሳቤ ላይም ተደርሶም ነበር።

    ይህ ያሜሪካውያን ውህድ ማንነትና ጊዜያዊም ቢሆን የሀብት፤ የወታደራዊና የስልጣኔ የበላይነትን ተንተርሶ ያሜሪካን በዓለም ላይ ልዩነትና አስፈላጊነት ወይም ምርጥነትና አይተኬ ልዕለ ሀያልነት (American essenialism and American uniqueness) ርዕዮት የሚያራምዱና እያራመዱ ያሉ ፖለቲከኞችና ቡደኖች ዛሬ ለምናየው የጦርነትና ውጥንቅጥ አይነተኛዎች ተዋናዮች ናቸው። አሜሪካ በዓለም ላይ ያሉ ቋንቋዎችን ተናጋሪዎች ፤አሉ የሚባሉ ባህሎች ፤ዘሮች፤ ባለ ቆዳ ፤ዓእንና ጸጉር ቀለሞች ሁሉ የተወከሉባት ሀገር እንደመሆኗና የዘጎጇ የዘር ሀረግ ዓለምን ባንድና በሁለት ትውልድ ስለሚነካካ ምናልባትም በዚህ ብቻ መለኪያ ከታየ ያዓለሚቱ ጉዳይ ሁሉ ይመለከተኛል ባይነቱ ምናባት አግባብነት ያለው ይመስላል ። ችግሩ ግን እንዚህ ሁሉ የማህበረሰቡ አባላት በስርአቱ ያላቸው ተወካይነትና ስርአቱም ለነዚህ ሁሉ ያለው ተጠሪነትና ተጠያቂነት ከቃላት ባለፈ በተግባር ያንድ ወገን መሆኑና ጠቅላይነቱ

ነው። የማህበረሰቡ ርእዮት ፤ ስነትምህርት፤ ስነእውቀት፤ ስነመንግስትና አወቃቀር ይዘት አውሮፓዊና ባውሮፓ ሰልጣኔ መለኪያ የሚመዘንና የተመጠነ ሰለሆነ ካውሮፓ ውጪ ለሆኑቱ ያለው ውክልና ወገንተኝነትም ሆነ ታማኝነት ለሰርአቱ ጠቃሚ ሆና በሚገኝበት ወቅቶች ከመሸምገያ አለፍ ለሚጠቀሰው የማህበረሰብ ክፍል ፋይዳው አናሳ ወይንም ባዶ ነው ። ያሜሪካን ህብረተሰብና አሜሪካ የህዝቦች ሁሉ ማንነቶችን ማቀለጫና አነድ የሆነ ውህድ አሜሪካዊ ማንነት መስሪያ ጣባ (ድስት) ናት ይሉ ነበር እውነትም ሆና ጨፍላቂነቱ እነዳለ ለጥቀት ዘመናት ቆይቷል። ቋንቋ ሁሉ እንግሊዘኛ፤ ባህለም ሁሉ ከሆሊውድ፤ ንግድም ሁሉ ከዋልስትሪትና ዕውቀትም ሁሉ ከማሳቹሴት እየተቀዱ አሜሪካዊ የተባለን ማንነት በተለይም አሜሪካዊ ልሂቅ የሚባለውን ማንነትና ዓልማቅፋዊውን የልሂቅ ማንነት ሲያንጹት ላለፉት 150 ና ከዚያ በላይ ዓመታት ዘለቀዋል።

እ ንተርኔትና የማህበራዊ መገናኛ ዘዴዎች መከሰትና መስፋፋት ዜናዎች ሁሉ በየማህበረሰቡ ቋንቋዎች መዳረስን፤ ባህላዊ ክንዋኔዎች በየማህበረሰቡ ቋንቋና ፍላጼ ለየሚመለከተው ማህበረሰብ መዳረስን፤ እውቀትም እነደዚያው በየቋንቋውና እንደያስፈላጊነቱ ለሁሉም ቋንቋ ተናጋሪ መዳረስ በመቻሉ የነዚያን አሜሪካዊ ልሂቅነትና

ማንነት ተርፈም ዓለማቀፋዊ ለሂቅነት አቅልጦ ማውጫ ማእከላት ብርሀት(significance) እያደበዘዘው መጣ፤ የባህል። የዕውቀትና የምጣኔ ሀብቱም ማዕከላት ቀስ እያሉ መበተንና መሰራጨት ጀመሩ፤ በዓለም አቀፋም መድረክ በቀዝቃዛው ጦርነት ተሸንፈው የነበሩቱ አካላት ከሸነፈታቸው ተምረው ከራሳቸው ማንነትና በራሳቸው ልዩ የሆኑ የማንነት እሴቶችና መሰረቶች ላይ የተገነቡ ነጻራዊ፤ አማራጭና ተገዳዳሪ የስልጣኔ አካሄዶችን ይዘው መከሰት መቻላቸው እነዲሁ የነዚያን ማንነት አቅልጦ መስሪያ ማዕከላት መፈረካከስም ባይሆን መሰነጣጠቅን አስከትሏል፤

የየማህበረስቡ ባህልን፤ እውቀትንና እምነትን በየራሱ ቋንቋ ማሰራጨት በተፈጠረው የማህበራዊ ሚዲያዎች ማስፋፋት የተፈጠረው ዕድል ማህበረሰቦች በየባህል፤ የእምነትና ማህበራዊ ጉዳይ ማእከላት እነዲሰባበሰቡና ማንነታቸውን ፤ ውክልናቸውንና ታማኝነታቸውን ብሎም ስርአቱ ለነሱ ያለውን ውክልና፤ ተጠያቂነትና ተዓማኒነትን የመጠየቅና የራስን የማንነት መሰረት ማወቅ መነቃቃትን ያም ለሚታየውና ሲታይ ለቆየው የማንነት እነቅስቃሴዎች መበራከት ነዳጅ ሆኖ እያገለገለ ነው፤

ይህም የህብረተሰብ ጉዞ አግልበውና አቅለው ሲዮት ማህበረሰቦች ወደ ጠቅለል ያለ ውሁድ ማንነቶች

የሚያድግ መስሎ የነበረውንና አሁንም አብዛኛው የሰው ዘር ነቅቶ እየገፋበት ያለውን ብሄራዊ፤ አህጉራዊና ዓለምአቀፋዊ ሀብረቶችንና ማንነቶችን የመፍጠር ሒዳትን የማጨንገፍ ቢመስልም ጠለቅ እርጎ በጥሞና ለመረመረው ግን ጥረቱ የመበተንም የመሰብሰብም ሳይእሆን ለሁሉም ና ከሁሉም በየቁመቱ ልክ በስብሰቡ የመወከልና ከውክልናውም ተጠያቂነትንና ይሁንታን የመስጠትና መቀበል የማግኘት መብት ጥያቄ ነው። ይህ ሲረጋገጥ ሰው ያንድ በማንነቱ በቁመቱ መጠን ተዓማኒ ወኪል ያለው ሰው የሚባለው ታላቅ ማህበር አባል ይሆናል፤ ማግበርሰባዊ ማንነቱ አላስፈላጊና የቀጨጨ ሲሆን ግለሰባዊ ማንነቱ ግዙፍና አስፈላጊ ይሆናል፤ በብቸኛ ግለሰብነት የጀመረው ማንነቱም በብዝህ ግለሰብነት ይደመደማል።

ማጣቀሻዎች

[1] - Kondepudi, D., & Prigogine, I. (2014). Modern thermodynamics: from heat engines to dissipative structures. John Wiley & Sons.

[2] - Schneider, E. D., & Kay, J. J. (1994). Life as a manifestation of the second law of thermodynamics. Mathematical and Computer Modelling, 19(6-8), 25-48.

[3] - Nicolis, G., & Prigogine, I. (1977). Self-organization in nonequilibrium systems: From dissipative structures to order through fluctuations. John Wiley & Sons.

[4] Dunbar, R. I. M. (1993). Grooming, gossip and the evolution of language. Harvard University Press.

[5] -Bahru Zewde .2016 reprited , AAUP. Pioneers of Change in Ethiopia

[6] - አዶልፍ ፓርልሳክ። 1989 የሀበሳ ጀብዱ , AAU printing press